ฤทธานุภาพ
ของ
พระเจ้า

ตั้งแต่เริ่มมีโลกมาแล้วไม่เคยมีใครได้ยินว่า
มีผู้ใดทำให้ตาของคนที่บอดแต่กำเนิดมองเห็นได้
ถ้าท่านผู้นั้นไม่ได้มาจากพระเจ้าแล้วก็คงไม่สามารถทำได้
(ยอห์น 9:32-33)

ฤทธานุภาพ
ของ
พระเจ้า

โดย ดร. แจร็อก ลี

URIM BOOKS

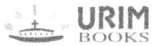

ฤทธานุภาพของพระเจ้า
โดย ดร. แจร็อก ลี
จัดพิมพ์โดย อุริมบุคส์
851, คูโร-ดอง, คูโร-กุ, โซล เกาหลีใต้
www.urimbook.com

ห้ามจัดพิมพ์หนังสือเล่มนี้หรือส่วนหนึ่งส่วนใดของหนังสือเล่มนี้ซ้ำ หรือเก็บไว้ในระบบเพื่อนำกลับมาใช้ใหม่ หรือถ่ายทอดด้วยรูปแบบอื่นใด หรือโดยเครื่องมืออิเลกทรอนิกส์ เครื่องกล การถ่ายสำเนา การบันทึกหรือด้วยวิธีการหนึ่งใดเหล่านี้โดยมิได้รับอนุญาตจากผู้จัดพิมพ์อย่างเป็นลายลักษณ์อักษร

ข้ออ้างอิงพระคัมภีร์ที่ใช้ในหนังสือเล่มนี้นำมาจากพระคริสตธรรมคัมภีร์ไทยฉบับ 1971จัดพิมพ์โดยสมาคมพระคริสตธรรมไทย

สงวนลิขสิทธิ์ © 2005 โดย ดร. แจร็อก ลี

จัดพิมพ์ครั้งแรกโดยอุริมบุคส์ กรุงโซล ประเทศเกาหลี สงวนลิขสิทธิ์ ©
1992,

ISBN: 979-11-263-1349-5 03230
ได้รับอนุญาตให้แปลเป็นภาษาอังกฤษโดยดร.คูยัง ซุง
ได้รับอนุญาตให้แปลเป็นภาษาไทยโดยดร.ดานิเอล แสงวิชัย

พิมพ์ครั้งที่ 1 เมื่อเดือนมีนาคม 2005

บทบรรณาธิการโดยดร.เจียมซุน วิน
จัดพิมพ์ในประเทศเกาหลีโดยอุริมบุคส์ (ผู้แทน:เจียมซุน วิน)
จัดพิมพ์ที่กรุงโซล ประเทศเกาหลี

บทนำ

ข้าพเจ้าอธิษฐานด้วยฤทธานุภาพของพระเจ้าพระผู้สร้างและพระกิตติคุณของพระเยซูคริสต์เพื่อให้ผู้อ่านทุกท่านมีประสบการณ์กับการทำงานอย่างยิ่งใหญ่ของพระวิญญาณบริสุทธิ์...

ข้าพเจ้าขอบคุณพระเจ้าพระบิดาผู้ทรงอวยพระพรให้เราจัดพิมพ์หนังสือเล่มนี้ขึ้นจากคำเทศนาในการประชุมฟื้นฟูพิเศษประจำปีสองสัปดาห์ครั้งที่ 11 ซึ่งจัดขึ้นในเดือนพฤษภาคม 2003 ในหัวข้อ "ฤทธานุภาพ" ซึ่งในการฟื้นฟูครั้งนั้นมีคำพยานมากมายที่ถวายเกียรติยศแด่พระเจ้า

นับตั้งแต่ปี 1993 เป็นต้นมา (หลังจากการฉลองครบรอบ 10 ปีของการก่อตั้งคริสตจักรได้ไม่นาน) พระเจ้าได้ทรงเริ่มต้นฝึกฝนสมาชิกของคริสตจักรมันมินเซ็นทรัลเชิร์ชให้มีความเชื่อที่แท้จริงและให้เป็นบุคคลฝ่ายวิญญาณผ่านการประชุมฟื้นฟูประจำปีพิเศษสองสัปดาห์

เมื่อสหัสวรรษใหม่เริ่มต้นขึ้นในปี 2000 เพื่อให้ผู้คนทั่วโลกมีประสบการณ์กับฤทธานุภาพของพระเจ้าพระผู้สร้าง พระกิตติคุณของพระเยซูคริสต์ และการทำงานอย่างยิ่งใหญ่ของพร

ะวิญญาณบริสุทธิ์ พระเจ้าทรงอวยพระพรเราให้ถ่ายทอดสดการประชุมฟื้นฟูผ่านดาวเทียมมูกุงวาและผ่านอินเตอร์เนต ในปี 2003 ผู้ชมจากคริสตจักรเกือบ 300 แห่งในเกาหลีและผู้ชมจากอีก 15 ประเทศเข้าร่วมในการประชุมฟื้นฟูดังกล่าว

หนังสือ "ฤทธานุภาพของพระเจ้า" มุ่งแนะนำให้ผู้คนรู้จักกับขั้นตอนของการที่บุคคลจะพบกับพระเจ้าและรับเอาฤทธิ์อำนาจของพระองค์ ฤทธิ์อำนาจในระดับต่าง ๆ ฤทธิ์อำนาจของผู้สูงสุดแห่งการทรงสร้างซึ่งอยู่เหนือข้อจำกัดที่พระเจ้าทรงอนุญาตให้กับมนุษย์และสถานที่ต่าง ๆ ซึ่งมีการสำแดงถึงฤทธิ์อำนาจของพระองค์

ฤทธิ์อำนาจของพระเจ้าพระผู้สร้างจะลงมาสถิตอยู่กับบุคคลตามขนาดของการเป็นเหมือนพระเจ้าผู้เป็นความสว่างของบุคคลนั้น นอกจากนี้ เมื่อวิญญาณของบุคคลนั้นเข้าสนิทเป็นอันหนึ่งอันเดียวกันกับพระเจ้า เขาก็สามารถสำแดงถึงฤทธิ์อำนาจที่พระเยซูเคยสำแดง เพราะฉะนั้น องค์พระผู้เป็นเจ้าจึงตรัสกับเราในยอห์น 15:7 ว่า "ถ้าท่านทั้งหลายเข้าสนิทอยู่ในเราและถ้อยคำของเราฝังอยู่ในท่านแล้ว ท่านจะขอสิ่งใดซึ่งท่านปรารถนาก็จะได้สิ่งนั้น"

ข้าพเจ้ามีประสบการณ์ส่วนตัวกับความสุขและความชื่นชมยินดีของการเป็นอิสระจากโรคร้ายนานาชนิดที่ข้าพเจ้าทนทุกข์ทรมานมาเป็นเวลาถึงเจ็ดปี เพื่อเป็นผู้รับใช้แห่งฤทธิ์อำนาจที่มีลักษณะเหมือนกับองค์พระผู้เป็นเจ้า ข้าพเจ้าอธิษฐานและอดอาหารเป็นเวลาหลายวันและหลายครั้งหลังจากที่ข้าพเจ้าได้รับการทรงเรียกให้เป็นผู้รับใช้ของพระองค์ พระเยซูตรัสกับเราในมาระโก 9:23 ว่า "ถ้าช่วยได้น่ะหรือ ใครเชื่อก็ทำให้ได้ทุกสิ่ง" ข้าพเจ้าเชื่อและอธิษฐานเพราะข้าพเจ้ายึดมั่นในพระสัญญาของพระเยซูที่ว่า "ผู้ที่วางใจในเราจะกระทำกิจการซึ่งเราได้กระทำนั้นด้วย และเขาจะกระทำกิจที่ยิ

งใหญ่กว่านั้นเพราะว่าเราจะไปถึงพระบิดาของเรา" (ยอห์น 14:12) ผลลัพธ์ก็คือพระเจ้าทรงสำแดงให้เราเห็นถึงหมายสำคัญและการอัศจรรย์หลายอย่างพร้อมกับทรงรักษาโรคและประทานคำตอบมากมายแก่เราผ่านการประชุมฟื้นฟูประจำปี นอกจากนี้ ในช่วงสัปดาห์ที่สองของการประชุมฟื้นฟูในปี 2003 พระเจ้าทรงมุ่งการสำแดงฤทธิ์อำนาจของพระองค์ไปยังผู้คนที่ตาบอด คนง่อย คนหูหนวก และคนใบ้

แม้วิทยาศาสตร์การแพทย์มีความก้าวหน้าและพัฒนาไปอย่างต่อเนื่อง แต่การที่คนตาบอดหรือหูหนวกจะได้รับการรักษาให้หายเป็นปกติแทบเป็นสิ่งที่เป็นไปไม่ได้ แต่พระเจ้าผู้ยิ่งใหญ่ทรงสำแดงฤทธิ์อำนาจของพระองค์เพื่อว่าเมื่อข้าพเจ้าอธิษฐานจากธรรมาสน์ฤทธิ์อำนาจแห่งการทรงสร้างของพระเจ้าก็ทำให้เซลล์และเส้นประสาทที่ตายไปแล้วกลับมีชีวิตขึ้นมาใหม่ได้และผู้คนสามารถมองเห็น ได้ยิน และพูดได้ นอกจากนั้น กระดูกสันหลังที่คดงอก็เหยียดตรงและกระดูกที่แข็งทื่อก็คลายตัวจนคนเหล่านั้นโยนไม้เท้า ไม้ค้ำ และเก้าอี้ล้อเข็นของตนทิ้งไปและสามารถยืนขึ้น กระโดด และเดินได้

การทำงานอันอัศจรรย์ของพระเจ้าอยู่นอกเหนือกาลเวลาและสถานที่ด้วยเช่นกัน ผู้คนที่เข้าร่วมในการประชุมฟื้นฟูผ่านทางดาวเทียมและอินเตอร์เนตต่างก็มีประสบการณ์กับฤทธิ์อำนาจของพระเจ้าและคนเหล่านั้นส่งคำพยานของตนเข้ามาอย่างต่อเนื่องจนถึงวันนี้

นี่คือเหตุผลของการจัดพิมพ์คำเทศนาจากการประชุมฟื้นฟูประจำปี 2003 เป็นหนังสือซึ่งในการฟื้นฟูครั้งนั้นมีผู้คนจำนวนมากบังเกิดใหม่ด้วยพระคำแห่งความจริง หลายคนได้รับชีวิตใหม่ ความรอด คำตอบ และการรักษาโรค คนเหล่านั้นมีประสบการณ์กับฤทธิ์อำนาจของพระเจ้าและถวายเกียรติแด่พระองค์

ข้าพเจ้าขอขอบคุณอาจารย์เจียมซุน วินผู้อำนวยการฝ่ายบรรณาธิการและเจ้าหน้าที่ของเธอทุกคน และขอขอบคุณแผนกการแปลที่ทุ่มเททำงานหนักเพื่อจัดทำหนังสือเล่มนี้

ขอให้ผู้อ่านแต่ละท่านมีประสบการณ์กับฤทธานุภาพของพระเจ้าพระผู้สร้าง พระกิตติคุณของพระเยซูคริสต์ และการทำงานอย่างยิ่งใหญ่ของพระวิญญาณบริสุทธิ์ ขอให้ความสุขและความชื่นชมยินดีหลั่งไหลอยู่ทั่วไปในชีวิตของท่าน ข้าพเจ้าอธิษฐานสำหรับสิ่งเหล่านี้ในพระนามขององค์พระผู้เป็นเจ้า...อาเมน

แจร็อก ลี

คำนำ

นีคือหนังสือทีท่านต้องอ่านเพราะ “ฤทธานุภาพของพระเจ้า” เป็นคู่มือสำคัญซึ่งจะช่วยให้ท่านมีความเชือทีแท้จริงและมีประสบการณ์กับฤทธิ์อำนาจของพระเจ้า

ข้าพเจ้าขอบคุณพระเจ้าและถวายเกียรติยศทั้งสิ้นแด่พระองค์ผู้ทรงนำเราให้จัดพิมพ์คำเทศนาของดร.แจร็อก ลีจากการประชุมฟื้นฟูพิเศษประจำปีสองสัปดาห์ครั้งที 11 ไว้ในรูปของหนังสือ ซึงการฟื้นฟูครั้งนั้นจัดขึ้นท่ามฤทธิ์อำนาจอันยิงใหญ่และมหัศจรรย์ของพระเจ้า

ท่านจะรู้สึกอิ่มเอมไปด้วยพระคุณและได้รับการสัมผัสเมือท่านอ่าน “ฤทธานุภาพของพระเจ้า” เพราะหนังสือเล่มนีบรรจุเอาคำเทศนาทั้งหมดเก้าตอนจากการประชุมฟื้นฟูทีจัดขึ้นในหัวข้อ “ฤทธานุภาพ” และคำพยานจากผู้คนจำนวนมากทีมีประสบการณ์โดยตรงกับฤทธิ์อำนาจของพระเจ้าผู้ทรงพระชนม์อยู่และพระกิตติคุณของพระเยซูคริสต์เอาไว้

คำเทศนาตอนที 1 “การเชือในพระเจ้า” บรรยายถึงพระลักษณะของพระเจ้า ความหมายของการเชือในพระองค์ และวิธีการทีจะทำให้เราพบและมีประสบการณ์กับพระเจ้า

คำเทศนาตอนที 2 “การเชือในองค์พระผู้เป็นเจ้า” อภิปรายถึงจุดประสงค์ของการเสด็จมาในโลกของพระเยซู เหตุผลทีพระเยซูทรงเป็

นพระผู้เป็นให้รอดแต่ผู้เดียว รวมทั้งสาเหตุทีเราได้รับความรอดและคำตอบเมือเราเชือในพระเยซูองค์พระผู้เป็นเจ้า

คำเทศนาตอนที 3 “ภาชนะทีงดงามยิงกว่าเพชรพลอย” บอกรายละเอียดของสิงทีเราต้องทำเพือเราจะเป็นภาชนะทีสูงส่ง มีคุณค่าและงดงามในสายพระเนตรของพระเจ้ารวมทังพระพรทีจะลงมาเหนือภาชนะดังกล่าว

คำเทศนาตอนที่ 4 “ความสว่าง” อธิบายถึงความสว่างฝ่ายวิญญาณ สิงทีเราต้องทำเพือจะพบกับพระเจ้าผู้ทรงเป็นความสว่าง และพระพรทีเราจะได้รับเมือเราดำเนินอยู่ในความสว่าง

คำเทศนาตอนที่ 5 “พลังอำนาจของความสว่าง” เจาะลึกลงไปสู่ฤทธิ์อำนาจ 4 ระดับของพระเจ้าซึงสำแดงผ่านทางมนุษย์ทีพระองค์ทรงสร้างผ่านสีแห่งความสว่างทีหลากหลายรวมทังคำพยานจากชีวิตจริงของการรักษาโรคนานาชนิดทีเกิดขึนในแต่ละระดับอีกมากมาย นอกจากนี คำเทศนาตอนนียังอธิบายถึงฤทธิ์อำนาจทีไม่จำกัดของพระเจ้าและวิธีการทีเราจะรับเอาฤทธิ์อำนาจแห่งความสว่างโดยละเอียดพร้อมกับแนะนำให้เรารู้จักฤทธิ์อำนาจของผู้สูงสุดแห่งการทรงสร้าง

คำเทศนาตอนที 6 “ตาของคนทีบอดจะมองเห็น” ช่วยท่านให้รู้ถึงฤทธิ์อำนาจของพระเจ้าพระผู้สร้างด้วยตนเองโดยศึกษากระบวนการทีชายซึงตาบอดแต่กำเนิดสามารถมองเห็นเมือเขาพบพระเยซูและคำพยานของผู้คนอีกจำนวนมากทีได้รับการรักษาให้หายจากอาการตาบอดและสามารถมองเห็น

คำเทศนาตอนที 7 “ผู้คนลุกขึนยืน กระโดด และเดินไป” สำรวจเรืองราวของชายง่อยคนหนึงทีมาหาพระเยซูด้วยความช่วยเหลือจากเพือนของตนโดยละเอียดซึงเขาสามารถลุกขึนและเดินไป นอกจากนีคำเทศนาตอนนียังชีให้ผู้อ่านเห็นถึงลักษณะของกระทำแห่งความเชื

อที่เขาต้องแสดงให้พระเจ้าเห็นเพื่อจะมีประสบการณ์กับฤทธิ์อำนาจดังกล่าวในปัจจุบัน

คำเทศนาตอนที่ 8 “ผู้คนจะชื่นชมยินดี เต้นรำ และร้องเพลง” เจาะลึกเรื่องราวของชายหูหนวกและเป็นใบ้คนหนึ่งที่ได้รับการรักษาเมื่อเขามาหาพระเยซูและแนะนำแนวทางที่จะทำให้เรามีประสบการณ์กับฤทธิ์อำนาจดังกล่าวในปัจจุบัน

คำเทศนาตอนสุดท้าย “การจัดเตรียมอย่างไม่สิ้นสุดของพระเจ้า” อธิบายถึงคำพยากรณ์เกี่ยวกับวาระสุดท้ายและการจัดเตรียมของพระเจ้าสำหรับคริสตจักรมันมินเซ็นทรัลเชิร์ชโดยละเอียด—ซึ่งพระเจ้าได้ทรงสำแดงให้เห็นนับตั้งแต่การก่อตั้งคริสตจักรแห่งนี้เมื่อยี่สิบกว่าปีที่แล้ว

ขอให้ผู้คนจำนวนมากมีความเชื่อที่แท้จริง มีประสบการณ์กับฤทธิ์อำนาจของพระเจ้าพระผู้สร้างอยู่เสมอ เป็นภาชนะของพระวิญญาณบริสุทธิ์ และทำให้การจัดเตรียมของพระองค์สำเร็จ ข้าพเจ้าอธิษฐานในพระนามของพระเยซูคริสต์องค์พระผู้เป็นเจ้าของเรา...อาเมน

เจียมซุน วิน
ผู้อำนวยการฝ่ายบรรณาธิการ

สารบัญ

คำเทศนาตอนที่ 1
การเชื่อในพระเจ้า (ฮีบรู 11:3) · 1

คำเทศนาตอนที่ 2
การเชื่อในองค์พระผู้เป็นเจ้า (ฮีบรู 12:1-2) · 25

คำเทศนาตอนที่ 3
ภาชนะที่งดงามยิ่งกว่าเพชรพลอย (2 ทิโมธี 2:20-21) · 47

คำเทศนาตอนที่ 4
ความสว่าง (1 ยอห์น 1:5) · 67

คำเทศนาตอนที่ 5
พลังอำนาจของความสว่าง (1 ยอห์น 1:5) · 85

คำเทศนาตอนที่ 6
ตาของคนที่บอดจะมองเห็น (ยอห์น 9:32-33) · 117

คำเทศนาตอนที่ 7
ผู้คนลุกขึ้นยืน กระโดด และเดินไป (มาระโก 2:3-12) · 135

คำเทศนาตอนที่ 8
ผู้คนจะชื่นชมยินดี เต้นรำ และร้องเพลง (มาระโก 7:31-37) · 157

คำเทศนาตอนที่ 9
การจัดเตรียมอย่างไม่สิ้นสุดของพระเจ้า
(เฉลยธรรมบัญญัติ 26:16-19) · 179

คำเทศนาตอนที่ 1
การเชื่อในพระเจ้า

ฮีบรู 11:3

โดยความเชื่อนี้เองเราจึงเข้าใจว่าพระเจ้าได้ทรงสร้างกัลปจักรวาล
ด้วยพระดำรัสของพระองค์ ดังนั้นสิ่งที่มองเห็นจึงเป็นสิ่ง
ที่เกิดจากสิ่งที่ไม่ปรากฏให้เห็น

ฮาเลลูยา ข้าพเจ้าขอบพระคุณและขอถวายเกียรติยศทั้งสิ้นแด่พระเจ้าพระบิดาผู้ทรงอวยพระพรเราให้จัดการประชุมฟื้นฟูพิเศษสองสัปดาห์ครั้งที่ 11 ขึ้น

นับตั้งแต่การประชุมฟื้นฟูประจำปีพิเศษสองสัปดาห์ครั้งแรกที่จัดขึ้นในเดือนพฤษภาคม 1993 เป็นต้นมามีผู้คนจำนวนนับไม่ถ้วนมีประสบการณ์ส่วนตัวกับฤทธิ์อำนาจและการทำงานที่เพิ่มมากขึ้นของพระเจ้า โรคร้ายนานาชนิดที่การแพทย์สมัยใหม่รักษาไม่ได้ต่างก็ได้รับการรักษาจนหายขาดและปัญหาต่าง ๆ ที่วิทยาศาสตร์ไม่สามารถแก้ไขก็ได้รับการแก้ไข นับเป็นเวลาอย่างน้อยสิบเอ็ดปีที่เราเห็นว่าพระเจ้าทรงรับรองพระคำของพระองค์ด้วยหมายสำคัญที่มาพร้อมกับพระคำนั้นเหมือนที่มาระโก 16:20 กล่าวไว้

พระเจ้าทรงนำสมาชิกของคริสตจักรแมนมินจำนวนมากเข้าไปสู่มิติฝ่ายวิญญาณที่ลึกซึ้งมากขึ้นผ่านคำเทศนาอย่างชัดเจนในเรื่องความเชื่อ ความชอบธรรม เนื้อหนังและวิญญาณ ความดีงาม ความสว่าง ความรัก และเรื่องอื่น ๆ นอกจากนี้ พระเจ้าทรงนำเราให้มีประสบการณ์กับฤทธิ์อำนาจของพระองค์ด้วยตนเองผ่านการฟื้นฟูแต่ละครั้งจนบัดนี้การฟื้นฟูดังกล่าวได้กลายเป็นการประชุมฟื้นฟูซึ่งเป็นที่รู้จักไปทั่วโลก

พระเยซูตรัสกับเราในมาระโก 9:23 ว่า "ถ้าช่วยได้น่ะหรือ

ใครเชื่อก็ทำให้ได้ทุกสิ่ง" เพราะฉะนั้น ถ้าเรามีความเชื่อที่แท้จริงก็ไม่มีสิ่งใดที่เป็นไปไม่ได้สำหรับเราและเราจะได้รับทุกสิ่งที่เราแสวงหา

ถ้าเช่นนั้นเราจะเชื่ออะไรและเราจะเชื่ออย่างไร ถ้าเราไม่รู้จักพระเจ้าและเชื่อในพระองค์อย่างถูกต้องเราก็คงไม่สามารถมีประสบการณ์กับฤทธิ์อำนาจของพระองค์ได้และคงเป็นการยากที่จะได้รับคำตอบจากพระองค์ ดังนั้น ความเข้าใจและการเชื่ออย่างถูกต้องจึงสำคัญอย่างยิ่ง

พระเจ้าคือใคร

ประการแรก พระเจ้าคือผู้เขียนหนังสือทั้ง 66 เล่มของพระคัมภีร์ 2 ทิโมธี 3:16 บอกเราว่า "พระคัมภีร์ทุกตอนได้รับการดลใจจากพระเจ้า" พระคัมภีร์ประกอบด้วยหนังสือ 66 เล่มและมีการประเมินว่าพระคัมภีร์ถูกบันทึกโดยผู้คนจากสาขาอาชีพที่แตกต่างกันมากกว่า 30 คนโดยใช้เวลาเขียนประมาณ 1,600 ปี แต่สิ่งที่น่าประหลาดใจที่สุดเกี่ยวกับหนังสือพระคัมภีร์แต่ละเล่มก็คือแม้หนังสือแต่ละเล่มจะถูกบันทึกโดยบุคคลหลายคนในช่วงเวลาหลายศตวรรษ พระคัมภีร์แต่ละเล่มล้วนสอดคล้องและลงรอยกันตั้งแต่ต้นจนจบ กล่าวคือ พระคัมภีร์เป็นพระวจนะของพระเจ้าซึ่งพระองค์ทรงดลใจให้ผู้คนจำนวนมากที่พระองค์ทรงเห็นว่าเหมาะสมจากช่วงเวลาต่าง ๆ ของประวัติศาสตร์เป็นผู้บันทึกเอาไว้และพระเจ้าทรงเปิดเผยพระองค์เองผ่านทางพระคัมภีร์ เพราะเหตุนี้ ผู้คนที่เชื่อว่าพ

ระคัมภีร์เป็นพระวจนะของพระเจ้าและเชื่อฟังพระวจนะจึงมีประสบการณ์กับพระพรและพระคุณที่พระองค์ทรงสัญญาไว้

ประการที่สอง พระเจ้าคือ "เราเป็นผู้ซึ่งเราเป็น" (อพยพ 3:14) พระเจ้าของเราทรงเป็นพระเจ้าองค์เที่ยงแท้ผู้ทรงดำรงอยู่ตั้งแต่ก่อนนิรันดรกาลไปจนถึงนิรันดรกาลซึ่งแตกต่างจากรูปเคารพที่ถูกสร้างขึ้นจากจินตนาการหรือปั้นขึ้นด้วยมือของมนุษย์ นอกจากนี้ เราสามารถอธิบายว่าพระเจ้าทรงเป็นความรัก (1 ยอห์น 4:16) ความสว่าง (1 ยอห์น 1:5) และทรงเป็นผู้พิพากษาสรรพสิ่งในวาระสุดท้าย

แต่เหนือสิ่งอื่นใด เราต้องจำไว้ว่าพระเจ้าทรงสร้างสิ่งสารพัดในฟ้าสวรรค์และบนแผ่นดินโลกด้วยฤทธิ์อำนาจอันมหัศจรรย์ของพระองค์ พระองค์ทรงเป็นพระเจ้าผู้ยิ่งใหญ่ที่ทรงสำแดงฤทธิ์อำนาจของพระองค์อย่างต่อเนื่องนับตั้งแต่ช่วงเวลาแห่งการทรงสร้างมาจนถึงปัจจุบัน

ผู้ทรงสร้างสิ่งสารพัด

ปฐมกาล 1:1 บอกเราว่า "ในปฐมกาลพระเจ้าทรงเนรมิตสร้างฟ้าและแผ่นดิน" ฮีบรู 11:3 กล่าวว่า "โดยความเชื่อนี่เอง เราจึงเข้าใจว่าพระเจ้าได้ทรงสร้างกัลปจักรวาลด้วยพระดำรัสของพระองค์ ดังนั้นสิ่งที่มองเห็นจึงเป็นสิ่งที่เกิดจากสิ่งที่ไม่ปรากฏให้เห็น"

สรรพสิ่งในจักรวาลถูกสร้างขึ้นด้วยฤทธิ์อำนาจของพระเจ้าจาก

สภาพของความว่างเปล่าในปฐมกาล ด้วยฤทธิ์อำนาจของพระองค์ พระเจ้าทรงสร้างดวงอาทิตย์และดวงจันทร์ขึ้นในท้องฟ้า พระองค์ทรงสร้างพืชพันธุ์และต้นไม้ นกและสัตว์นานาชนิด ปลาในทะเล และทรงสร้างมนุษย์

แม้ด้วยความจริงข้อนี้ ผู้คนจำนวนมากยังไม่เชื่อในพระเจ้าพระผู้สร้างเพราะแนวคิดเรื่องการทรงสร้างตรงกันข้ามกับความรู้หรือประสบการณ์ที่เขามีและได้รับมาจากโลกนี้ ยกตัวอย่าง คนเหล่านี้คิดว่าเป็นไปไม่ได้ที่สิ่งสารพัดในจักรวาลจะถูกสร้างขึ้นจากความว่างเปล่าด้วยพระดำรัสของพระเจ้า

เพราะเหตุนี้ ทฤษฎีการวิวัฒนาการจึงถูกตั้งขึ้น ผู้ที่เชื่อถือในทฤษฎีการวิวัฒนาการโต้แย้งว่าสิ่งมีชีวิตถือกำเนิดขึ้นโดยบังเอิญ วิวัฒนาการขึ้นมาด้วยตนเอง และแพร่ขยายออกไป ถ้าผู้คนปฏิเสธการทรงสร้างของพระเจ้าด้วยกรอบความรู้ดังกล่าว คนเหล่านี้จะไม่สามารถเชื่อพระคัมภีร์ทั้งเล่มได้ คนเหล่านี้ไม่เชื่อในคำเทศนาเรื่องการดำรงอยู่ของสวรรค์และนรกเพราะเขาไม่เคยไปที่นั่นและเขาไม่เชื่อในคำประกาศเรื่องพระบุตรของพระเจ้าผู้ทรงบังเกิดเป็นมนุษย์ สิ้นพระชนม์ เป็นขึ้นมา และเสด็จขึ้นสู่สวรรค์

แต่เราพบว่าเมื่อวิทยาศาสตร์เจริญก้าวหน้ามากขึ้นความผิดพลาดของทฤษฎีการวิวัฒนาการก็ถูกเปิดโปงออกมาในขณะที่ความน่าเชื่อถือของการทรงสร้างกำลังได้รับความนิยมมากยิ่งขึ้น แม้เราไม่ได้นำเสนอหลักฐานต่าง ๆ ทางด้านวิทยาศาสตร์ แต่ก็มีตั

วอย่างมากมายก่ายกองที่เป็นพยานยืนยันถึงการทรงสร้าง

หลักฐานที่ทำให้เราเชื่อใน
พระเจ้าพระผู้สร้าง

นี่คือหนึ่งในตัวอย่างเหล่านั้น ในโลกนี้มีประเทศอยู่มากกว่าสองร้อยประเทศและมีกลุ่มชาติพันธุ์ของผู้คนที่แตกต่างกันอีกมากมาย แต่ไม่ว่าคนเหล่านั้นจะผิวขาว ผิวดำ หรือผิวเหลือง แต่ละคนล้วนมีดวงตาสองดวง มีหูสองข้าง มีหนึ่งจมูก และมีสองรูจมูกเหมือนกัน โครงสร้างนี้ไม่เพียงประยุกต์ใช้กับมนุษย์เท่านั้นแต่ยังประยุกต์ใช้กับสัตว์ต่าง ๆ บนผืนดิน นกในอากาศ และปลาในท้องทะเลด้วยเช่นกัน แม้ช้างจะมีงวงขนาดใหญ่และยาวกว่าธรรมดา แต่ก็ไม่ได้หมายความว่าช้างมีรูจมูกมากกว่าสองรู มนุษย์แต่ละคน สัตว์ นก และปลาแต่ละชนิดล้วนมีปากเดียวและที่ตั้งของปากก็อยู่ในตำแหน่งที่คล้ายคลึงกัน ตำแหน่งที่ตั้งของอวัยวะของสิ่งมีชีวิตประเภทต่าง ๆ อาจแตกต่างกัน แต่ส่วนใหญ่โครงสร้างและตำแหน่งไม่ค่อยแตกต่างกัน

สิ่งเหล่านี้เกิดขึ้น "โดยบังเอิญ" ได้อย่างไร นี่เป็นหลักฐานยืนยันที่ชัดเจนว่าพระผู้สร้างองค์หนึ่งได้ทรงออกแบบและทรงสร้างมนุษย์ สัตว์ นก และปลาจำนวนนับไม่ถ้วนขึ้น ถ้าผู้สร้างมีมากกว่าหนึ่งคน ลักษณะและโครงสร้างของสิ่งมีชีวิตประเภทต่าง ๆ คงแตกต่างกันออกไปตามจำนวนและความพอใจของผู้สร้างแต่ละคน แต่เพราะพร

ะเจ้าของเราทรงเป็นพระผู้สร้างแต่องค์เดียว สิ่งมีชีวิตทั้งหมดจึงถูกสร้างขึ้นด้วยรูปแบบที่คล้ายคลึงกัน

นอกจากนี้ เรายังพบหลักฐานอีกมากมายจนแทบนับไม่ถ้วนในธรรมชาติและในจักรวาล ซึ่งหลักฐานแต่ละชิ้นเหล่านั้นล้วนทำให้เราเชื่อว่าพระเจ้าทรงสร้างสิ่งสารพัดขึ้นมา เหมือนที่โรม 1:20 บอกเราว่า "ตั้งแต่เริ่มสร้างโลกมาแล้ว สภาพที่ไม่ปรากฏของพระเจ้านั้นคือฤทธานุภาพอันถาวรและเทวสภาพของพระองค์ก็ได้ปรากฏชัดในสรรพสิ่งที่พระองค์ได้ทรงสร้าง ฉะนั้นเขาทั้งหลายจึงไม่มีข้อแก้ตัวเลย" พระเจ้าทรงออกแบบและทรงสร้างสรรพสิ่งขึ้นมาเพื่อจะไม่มีผู้ใดปฏิเสธความจริงเรื่องการดำรงอยู่ของพระองค์

พระเจ้าตรัสกับเราในฮาบากุก 2:18-19 ว่า "รูปแกะสลักให้ประโยชน์อะไรเล่า รูปที่ช่างได้แกะสลักไว้ รูปหล่ออันเป็นครูสอนความเท็จให้ประโยชน์อะไรที่ช่างจะวางใจในสิ่งที่เขาสร้างขึ้น ที่ช่างจะสร้างพระใบ้ วิบัติแก่ผู้ที่กล่าวแก่สิ่งที่ทำด้วยไม้ว่า จงตื่นเถิด แก่หินใบ้ว่า จงลุกขึ้นเถิด สิ่งนี้สั่งสอนอะไรได้หรือ ดูเถิดสิ่งนั้นกะไหล่ทองคำหรือเงิน แต่ไม่มีลมหายใจในสิ่งนั้นเลย" ถ้าผู้ใดในพวกท่านปรนนิบัติหรือเชื่อถือในรูปเคารพโดยไม่ได้รู้จักกับพระเจ้า ท่านต้องกลับใจจากบาปของท่านทันทีด้วยการ "ฉีกใจของท่านออก" (โยเอล 2:13)

หลักฐานของพระคัมภีร์ที่ทำให้เราเชื่อมั่น
ในพระเจ้าพระผู้สร้าง

ยังมีผู้คนอีกจำนวนมากที่ไม่เชื่อในพระเจ้าแม้จะมีหลักฐานรอบข้างมากมาย เพราะเหตุนี้ พระเจ้าจึงทรงแสดงหลักฐานที่ชัดเจนและไม่อาจปฏิเสธได้เกี่ยวกับการดำรงอยู่ของพระองค์ด้วยการสำแดงออกถึงฤทธิ์อำนาจของพระองค์ พระเจ้าทรงอนุญาตให้มนุษย์เชื่อในการดำรงอยู่และพระราชกิจอันมหัศจรรย์ของพระองค์ด้วยการอัศจรรย์ที่มนุษย์ไม่สามารถทำได้

ในพระคัมภีร์มีตัวอย่างที่น่าทึ่งเกี่ยวกับการสำแดงถึงฤทธิ์อำนาจของพระเจ้าอยู่มากมาย ทะเลแดงถูกแยกออกจากกัน ดวงอาทิตย์หยุดนิ่งหรือเดินถอยหลัง การนำไฟลงมาจากฟ้าสวรรค์ น้ำขมในถิ่นทุรกันดารกลายเป็นน้ำจืดที่ดื่มได้และมีน้ำไหลออกมาจากก้อนหิน คนตายเป็นขึ้นมาใหม่ โรคต่าง ๆ ได้รับการรักษาให้หาย และการต่อสู้ที่ดูเพลี่ยงพล้ำกลับกลายเป็นชัยชนะ

เมื่อผู้คนเชื่อในพระเจ้าผู้ยิ่งใหญ่และทูลขอกับพระองค์ เขาก็จะมีประสบการณ์กับการทำงานด้วยฤทธิ์อำนาจของพระองค์อย่างอัศจรรย์ เพราะเหตุนี้ พระเจ้าจึงทรงบันทึกตัวอย่างของการสำแดงถึงฤทธิ์อำนาจของพระองค์มากมายไว้ในพระคัมภีร์และทรงอวยพรให้เราเชื่อ

แต่การสำแดงฤทธิ์อำนาจของพระเจ้าไม่ได้ปรากฏในพระคัมภีร์เพียงอย่างเดียว พระเจ้าไม่ทรงเปลี่ยนแปลง พระองค์ทรงกำลังสำ

แดงฤทธิ์อำนาจของพระองค์ผ่านผู้เชื่อที่แท้จริงทั่วโลกในปัจจุบันด้วยหมายสำคัญ การอัศจรรย์ และการทำงานด้วยฤทธิ์อำนาจของพระองค์มากมายตามที่พระองค์ทรงสัญญาไว้กับเรา พระเยซูทรงให้ความมั่นใจกับเราในมาระโก 9:23 ว่า "ถ้าช่วยได้น่ะหรือ ใครเชื่อก็ทำให้ได้ทุกสิ่ง" พระองค์ทรงรับสั่งกับเราในมาระโก 16:17-18 ว่า "มีคนเชื่อที่ไหนหมายสำคัญเหล่านี้จะบังเกิดขึ้นที่นั่น คือเขาจะขับผีออกโดยนามของเรา เขาจะพูดภาษาแปลก ๆ เขาจะจับงูได้ ถ้าเขากินยาพิษอย่างใดจะไม่เป็นอันตรายแก่เขาและเขาจะวางมือบนคนไข้ คนป่วย แล้วคนเหล่านั้นจะหายโรค"

ฤทธิ์อำนาจของพระเจ้า
ที่สำแดงผ่านคริสตจักรมันมินเซ็นทรัลเชิร์ช

คริสตจักรมันมินเซ็นทรัลเชิร์ชซึ่งข้าพเจ้ารับใช้ในฐานะศิษยาภิบาลอาวุโสได้สำแดงถึงการทำงานด้วยฤทธิ์อำนาจของพระเจ้าพระผู้สร้างครั้งแล้วครั้งเล่าในขณะที่คริสตจักรแห่งนี้พยายามเผยแพร่พระกิตติคุณออกไปจนถึงสุดปลายแผ่นดินโลก นับตั้งแต่การก่อตั้งในปี 1982 มาจนถึงปัจจุบันคริสตจักรแมนมินได้นำผู้คนจำนวนนับไม่ถ้วนมาสู่หนทางแห่งความรอดด้วยฤทธิ์อำนาจของพระเจ้าพระผู้สร้าง การทำงานด้วยฤทธิ์อำนาจของพระเจ้าที่โดดเด่นที่สุดได้แก่การรักษาโรคภัยและความเจ็บไข้หรือความบกพร่องนานาชนิดให้หาย ผู้คนจำนวนมากซึ่งป่วยเป็นโรค "ที่ไม่มีทางรักษา" หลายชนิด เช่น โรคมะเร็ง วัณโรค อัมพาต

“ข้าพระองค์ขอบคุณพระองค์มากเพียงใดที่ทรงช่วยชีวิตของข้าพระองค์...
ข้าพระองค์เคยคิดว่าข้าพระองค์ต้องพึ่งไม้เท้าไปตลอดชีวิต...
บัดนี้ข้าพระองค์เดินได้แล้ว...
พระบิดาเจ้าข้า พระบิดาเจ้าข้า ข้าพระองค์ขอบพระคุณ”

มัคนายิกาโยฮันนา ปาร์กที่พิการอย่างถาวร โยนไม้เท้าทิ้งและสามารถเดินได้
หลังจากรับเอาคำอธิษฐาน

ก้านสมองตายด้าน ไส้เลื่อน ข้อต่ออักเสบ โรคเม็ดเลือดขาวผิดปกติ (ลูคีเมีย) และโรคอื่น ๆ ต่างก็ได้รับการรักษาให้หาย ผีร้ายถูกขับออกไป คนที่เป็นง่อยสามารถลุกขึ้นยืน เดิน และวิ่งได้ ผู้คนที่ป่วยเป็นอัมพาตเนื่องจากอุบัติเหตุมีสุขภาพร่างกายแข็งแรงอีกครั้งหนึ่ง นอกจากนั้น ทันทีที่รับเอาคำอธิษฐาน ผู้คนที่ทนทุกข์ทรมานจากการถูกไฟไหม้และน้ำร้อนลวกอย่างรุนแรงก็ได้รับการรักษาให้หายจนไม่มีร่องรอยของบาดแผลหลงเหลืออยู่ คนที่มีร่างกายแข็งทื่อและหมดสติเนื่องจากอาการเลือดออกในสมองหรือได้รับแก๊สพิษต่างก็ได้รับการฟื้นฟูสภาพขึ้นมาใหม่และหายเป็นปกติในทันที หลายคนที่หยุดหายใจกลับคืนชีพขึ้นมาใหม่หลังจากรับเอาคำอธิษฐาน

ผู้คนที่ไม่สามารถมีบุตรได้หลังจากแต่งงานมาเป็นเวลาห้าปี เจ็ดปี สิบปี หรือแม้แต่ยี่สิบปี ต่างก็ได้รับพระพรของการมีบุตรหลังจากคนเหล่านั้นรับเอาคำอธิษฐาน คนจำนวนนับไม่ถ้วนที่เคยหูหนวก ตาบอด และเป็นใบ้ต่างก็ถวายเกียรติยศแด่พระเจ้าหลังจากที่เขาได้รับการรักษาให้หายจากความพิการเหล่านั้นด้วยการอธิษฐาน

แม้ว่าวิทยาศาสตร์และการแพทย์ได้พัฒนาไปอย่างมากในแต่ละปีหรือในแต่ละศตวรรษ แต่สิ่งเหล่านั้นก็ไม่สามารถทำให้เส้นประสาทที่ตายไปแล้วกลับมีชีวิตขึ้นมาใหม่และไม่สามารถรักษาอาการตาบอดหรือหูหนวกตั้งแต่กำเนิดให้หายได้ แต่พระเจ้าผู้ยิ่งใหญ่ทรงก

“พระบิดาเจ้า ข้าพระองค์ปรารถนาที่จะอยู่ข้างพ[illegible]องพระองค์ แต่จะเกิดอะไรขึ้นกับคนที่ข้าพระองค์รักเ[illegible]จาก ไป พระองค์เจ้าข้า ถ้าพระองค์ให้ชีวิตใหม่[illegible]ข้าพระองค์จะอุทิศชีวิตนั้นให้กับพระองค์...”

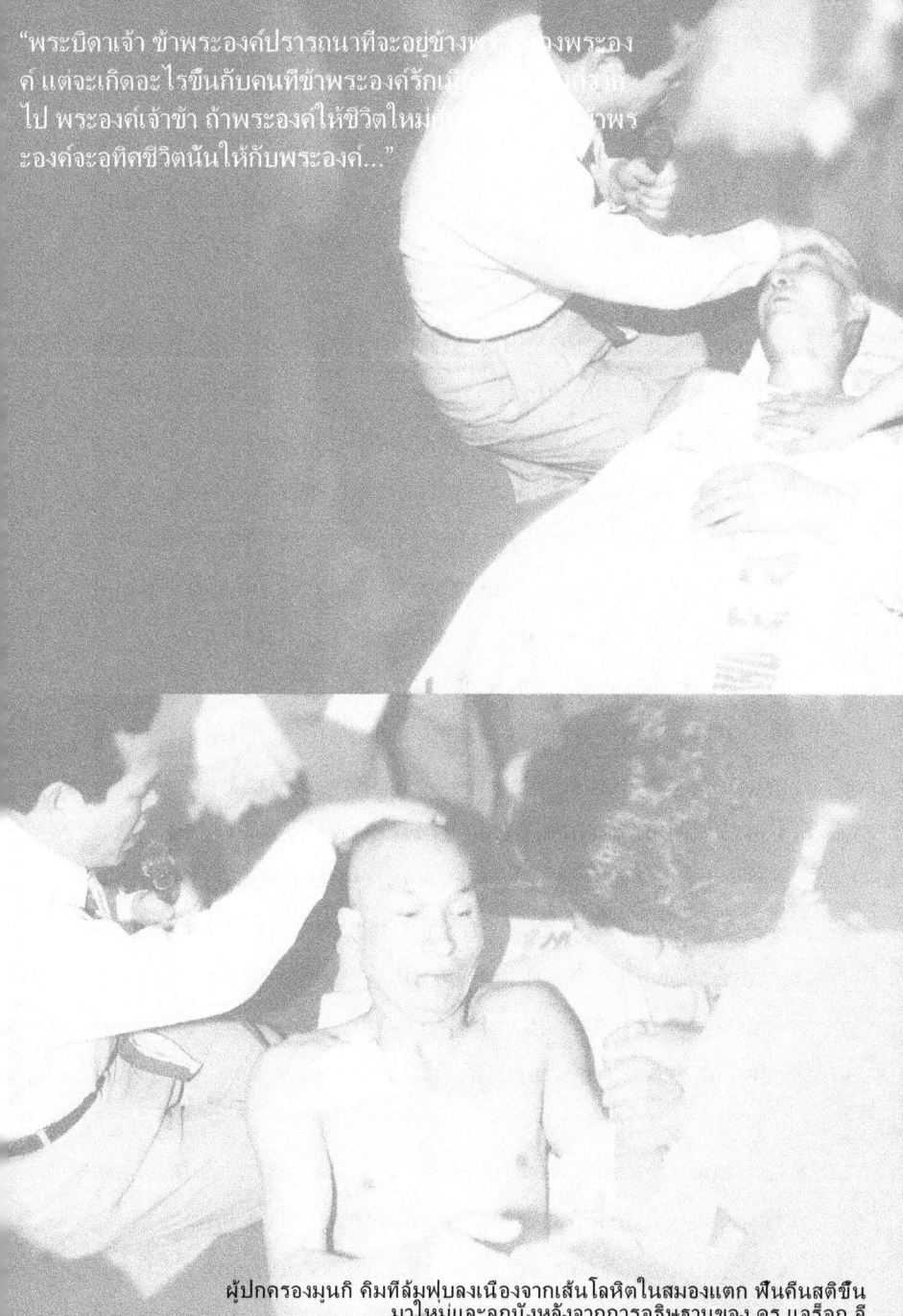

ผู้ปกครองมูนกิ คิมที่ล้มฟุบลงเนื่องจากเส้นโลหิตในสมองแตก ฟื้นคืนสติขึ้นมาใหม่และลุกนั่งหลังจากการอธิษฐานของ ดร.แจร็อก ลี

ระทำได้ทุกสิ่งเพราะพระองค์ทรงสร้างสิ่งสารพัดขึ้นมาจากความเปล่า

ข้าพเจ้ามีประสบการณ์กับฤทธิ์อำนาจของพระเจ้าผู้ยิ่งใหญ่ด้วยตนเอง ข้าพเจ้าเคยนอนรอความตายอยู่เป็นเวลาถึงเจ็ดปีก่อนที่ข้าพเจ้ามาเชื่อในพระเจ้า อวัยวะเกือบทุกส่วนในร่างกายของข้าพเจ้ามีอาการเจ็บป่วย (ยกเว้นตาสองข้าง) จนข้าพเจ้าได้รับการขนานนามว่า “ศูนย์รวมโรค” ข้าพเจ้าลองยาทุกชนิดไม่ว่าจะเป็นยาของชาวตะวันตกและยาของชาวตะวันออก ยาของคนโรคเรื้อน สมุนไพรทุกชนิด ดีหมี ดีสุนัข ดีตะขาบ และแม้กระทั่งน้ำอุจาระ ข้าพเจ้าใช้ความพยายามทุกรูปแบบในช่วงเจ็ดปีของความทุกข์ทรมาน แต่อาการของข้าพเจ้าก็ไม่ดีขึ้น ในขณะที่ข้าพเจ้ากำลังอยู่ในความสิ้นหวังในช่วงฤดูใบไม้ผลิของปี 1974 ข้าพเจ้าก็มีประสบการณ์ที่เหลือเชื่อ ในวินาทีที่ข้าพเจ้าพบกับพระเจ้าพระองค์ทรงรักษาข้าพเจ้าให้หายจากโรคและความเจ็บไข้ทุกชนิดที่ข้าพเจ้ามีอยู่ ตั้งแต่เวลานั้นเป็นต้นมาพระเจ้าทรงปกป้องข้าพเจ้าเสมอเพื่อข้าพเจ้าจะไม่ล้มป่วยอีก แม้ในยามที่ข้าพเจ้ารู้สึกสบายเล็ก ๆ น้อย ๆ ในอวัยวะบางส่วนของข้าพเจ้า แต่หลังจากการอธิษฐานด้วยความเชื่อข้าพเจ้าก็หายจากอาการเหล่านั้นทันที

นอกเหนือจากข้าพเจ้าและครอบครัวแล้ว ข้าพเจ้ารู้ว่ามีสมาชิกคริสตจักรแมนมินอีกหลายคนที่เชื่อในพระเจ้าผู้ยิ่งใหญ่อย่างจริงใจ ดังนั้นคนเหล่านี้จึงมีสุขภาพร่างกายแข็งแรงอยู่เสมอและไม่พึ่งพา

ยา ด้วยความรู้สึกซาบซึ้งในพระคุณและพระเมตตาของพระเจ้าแพทย์ผู้ประเสริฐ เวลานี้ผู้คนที่มีสุขภาพดีเหล่านั้นกำลังรับใช้คริสตจักรในฐานะผู้รับใช้พระเจ้า ผู้ปกครอง มัคนายก มัคนายิกา และผู้ทำการของคริสตจักรอย่างเอาจริงเอาจัง

ฤทธิ์อำนาจของพระเจ้าไม่ได้จำกัดอยู่กับการรักษาโรคภัยและความเจ็บไข้ (หรือความบกพร่อง) นานาชนิดเท่านั้น นับตั้งแต่การก่อตั้งคริสตจักรในปี 1982 สมาชิกคริสตจักรแมนมินจำนวนมากเห็นตัวอย่างของการอธิษฐานด้วยความเชื่อในฤทธิ์อำนาจของพระเจ้าที่สามารถควบคุมดินฟ้าอากาศได้เมื่อพลังอำนาจของการอธิษฐานทำให้ฝนที่ตกหนักหยุดตก ทำให้เมฆปกคลุมคนเหล่านั้นให้พ้นจากแสงอาทิตย์ที่ร้อนแผดเผา และทำให้พายุไต้ฝุ่นจางหายหรือเปลี่ยนทิศทางไป ยกตัวอย่าง ในเดือนกรกฎาคมและสิงหาคมของทุกปีคริสตจักรของเรามักจัดค่ายภาคฤดูร้อนขึ้นในส่วนต่าง ๆ ของประเทศ แม้เกาหลีใต้ทั้งประเทศจะประสบกับความเสียหายที่เกิดจากพายุไต้ฝุ่นและน้ำท่วม แต่สถานที่และพื้นที่ในส่วนต่าง ๆ ของประเทศซึ่งมีการจัดค่ายของคริสตจักรมักไม่ได้รับความเสียหายจากฝนที่ตกหนักและภัยพิบัติทางธรรมชาติ สมาชิกคริสตจักรแมนมินจำนวนมากยังเห็นเส้นรุ้งอยู่เป็นประจำแม้แต่ในวันที่ไม่เคยมีฝนตกมาก่อนเลยก็ตาม

ฤทธิ์อำนาจของพระเจ้าน่าอัศจรรย์ใจยิ่งกว่านั้นอีก การทำงานด้วยฤทธิ์อำนาจของพระเจ้าปรากฏขึ้นแม้ในยามที่ข้าพเจ้าไม่ได้อธิษ

ฐานเผื่อคนเจ็บป่วยโดยตรง ผู้คนจำนวนมากถวายเกียรติยศแด่พระเจ้าอย่างยิ่งใหญ่หลังจากเขาหายโรคและได้รับพระพรผ่านทางช่วงเวลาแห่ง "การอธิษฐานเผื่อผู้ป่วย" ที่เป็นการอธิษฐานจากบนธรรมาสน์เผื่อผู้คนในห้องประชุมทั้งหมดและ "คำอธิษฐาน" ที่บันทึกไว้ในเทปบันทึกเสียง เครื่องกระจายเสียงทางอินเตอร์เนต และเครื่องตอบรับโทรศัพท์อัตโนมัติ

นอกจากนี้ ในกิจการ 19:11-12 เรายังพบว่า "พระเจ้าได้ทรงกระทำอิทธิฤทธิ์อันพิสดารด้วยมือของเปาโล จนเขานำเอาผ้าเช็ดหน้ากับผ้ากันเปื้อนจากตัวเปาโลไปวางที่ตัวคนป่วยไข้ โรคนั้นก็หายและผีร้ายก็ออกจากคน" การทำงานด้วยฤทธิ์อำนาจอันอัศจรรย์ของพระเจ้าปรากฏให้เห็นผ่านการใช้ผ้าเช็ดหน้าที่ข้าพเจ้าอธิษฐานเจิมเอาไว้เช่นกัน

ยิ่งกว่านั้น เมื่อข้าพเจ้าวางมืออธิษฐานบนรูปถ่ายของผู้ป่วย การรักษาโรคซึ่งอยู่เหนือกาลเวลาและสถานที่ก็บังเกิดขึ้นทั่วโลก เพราะเหตุนี้ เมื่อข้าพเจ้าจัดประชุมเพื่อการประกาศในต่างประเทศ โรคร้ายและความเจ็บไข้นานาชนิด (ซึ่งรวมถึงโรคที่ร้ายแรงอย่างโรคเอดส์) ต่างก็ได้รับการรักษาให้หายในทันทีด้วยฤทธิ์อำนาจของพระเจ้าซึ่งอยู่เหนือกาลเวลาและสถานที่

การมีประสบการณ์กับฤทธิ์อำนาจของพระเจ้า

นี่หมายความว่าใครที่เชื่อในพระเจ้าก็สามารถมีประสบการณ์กับการทำงานอย่างอัศจรรย์ด้วยฤทธิ์อำนาจของพระเจ้ารวมทั้งได้รับคำตอบและพระพรจากพระองค์ใช่หรือไม่ หลายคนประกาศถึงความเชื่อของตนในพระเจ้าแต่ไม่ใช่ทุกคนจะมีประสบการณ์กับฤทธิ์อำนาจของพระองค์ ท่านจะมีประสบการณ์กับฤทธิ์อำนาจของพระองค์ได้ก็ต่อเมื่อความเชื่อของท่านแสดงออกมาเป็นการกระทำและเมื่อพระเจ้าทรงยอมรับความเชื่อของเราแล้วเท่านั้น

พระเจ้าจะทรงถือว่าการที่บุคคลคนหนึ่งรับฟังคำเทศนาและเข้าร่วมในการนมัสการนั้นเป็น "ความเชื่อ" แต่เพื่อให้มีความเชื่อที่แท้จริงซึ่งจะทำให้ท่านได้รับการรักษาโรคและคำตอบจากพระองค์ท่านต้องฟังและรู้ว่าพระเจ้าคือใคร ทำไมพระเยซูจึงเป็นพระผู้ช่วยให้รอดของเรา และรู้ถึงการมีอยู่จริงของของนรกและสวรรค์ เมื่อท่านเข้าใจองค์ประกอบเหล่านี้ กลับใจจากบาปของท่าน ต้อนรับเอาพระเยซูเป็นพระผู้ช่วยให้รอด และได้รับพระวิญญาณบริสุทธิ์ ท่านจะได้รับสิทธิให้เป็นบุตรของพระเจ้า นี่คือก้าวแรกที่จะนำไปสู่ความเชื่อที่แท้จริง

ผู้คนที่มีความเชื่ออย่างแท้จริงจะแสดงออกเป็นการกระทำซึ่งยืนยันถึงความเชื่อดังกล่าว พระเจ้าทรงทอดพระเนตรเห็นการแสดงออกถึงความเชื่อและจะทรงตอบสนองตามความปรารถนาแห่งจิตใจ

ของเขา คนที่มีประสบการณ์กับการทำงานด้วยฤทธิ์อำนาจของพระเจ้าจะแสดงหลักฐานแห่งความเชื่อต่อพระองค์และจะได้รับการยอมรับจากพระเจ้า

การทำให้พระเจ้าพอพระทัยด้วยการแสดงออกถึงความเชื่อ

พระคัมภีร์มีอยู่สองสามตัวอย่างที่ชี้ให้เห็นถึงเรื่องนี้ ตัวอย่างแรกอยู่ใน 2 พงศ์กษัตริย์ 5 ซึ่งเป็นเรื่องราวของนาอามานผู้บัญชาการกองทัพของพระราชาแห่งอารัม (ประเทศซีเรีย) นาอามานมีประสบการณ์กับการทำงานด้วยฤทธิ์อำนาจของพระเจ้าหลังจากท่านแสดงออกถึงความเชื่อของตนด้วยการเชื่อฟังคำสั่งของผู้เผยพระวจนะเอลีชาซึ่งพระเจ้าทรงตรัสผ่านท่าน

นาอามานเป็นผู้บัญชาการกองทัพที่มีชื่อเสียงของอาณาจักรอารัม เมื่อป่วยเป็นโรคเรื้อนท่านจึงเดินทางไปพบเอลีชาซึ่งมีคนบอกท่านว่าผู้เผยพระวจนะท่านนี้สามารถทำการอัศจรรย์ได้ แต่เมื่อนายพลผู้มีอิทธิพลและชื่อเสียงอย่างนาอามานมาถึงบ้านของเอลีชาพร้อมด้วยทองคำ เงิน และเสื้อผ้าชั้นดีจำนวนมาก ผู้เผยพระวจนะกลับส่งผู้สื่อสารไปพบนาอามานและบอกกับนาอามานว่า "จงไปชำระตัวในแม่น้ำจอร์แดนเจ็ดครั้ง"

ครั้งแรกนาอามานแสดงความโกรธเคืองเนื่องจากท่านไม่ได้รับ

การปฏิบัติอย่างเหมาะสมจากผู้เผยพระวจนะ นอกจากนั้น แทนที่เอลีชาจะออกมาอธิษฐานเผื่อท่าน ผู้เผยพระวจนะกลับสั่งให้นาอามานไปชำระตัวในแม่น้ำจอร์แดน แต่ไม่นานนาอามานก็เปลี่ยนความคิดของท่านและยอมเชื่อฟัง แม้ถ้อยคำของเอลีชาเป็นสิ่งที่นาอามานไม่ชอบและไม่สอดคล้องกับความคิดของท่าน แต่อย่างน้อยนาอามานก็ตั้งใจที่จะลองเชื่อฟังผู้เผยพระวจนะของพระเจ้า

เมื่อนาอามานจุ่มตัวลงในไปแม่น้ำจอร์แดนครั้งที่หก ไม่มีการเปลี่ยนแปลงใด ๆ เกิดขึ้นกับโรคเรื้อนของท่าน แต่เมื่อนาอามานจุ่มตัวลงไปในแม่น้ำจอร์แดนครั้งที่เจ็ด ตัวของท่านก็สะอาดและเนื้อของท่านก็กลับคืนสภาพเป็นเหมือนเนื้อของเด็กเล็ก ๆ (ข้อ 14)

ในฝ่ายวิญญาณ "น้ำ" เป็นสัญลักษณ์ของพระวจนะของพระเจ้า การที่นาอามานจุ่มตัวลงไปในแม่น้ำจอร์แดนหมายความว่านาอามานได้รับการชำระจากความผิดบาปของท่านด้วยพระคำของพระเจ้า นอกจากนี้ "เลขเจ็ด" เป็นเครื่องหมายของความสมบูรณ์แบบ การที่นาอามานจุ่มตัวลงไปในแม่น้ำจอร์แดน "เจ็ดครั้ง" หมายความว่านายพลผู้นี้ได้รับการยกโทษอย่างสมบูรณ์

ในทำนองเดียวกัน ถ้าเราต้องการได้รับคำตอบจากพระเจ้า อันดับแรกเราต้องกลับใจจากบาปทั้งหมดของเราเหมือนที่นาอามานได้กระทำ แต่การกลับใจไม่ได้หมายถึงการพูดเพียงว่า "ผมผิดไปแล้ว

ผมขอกลับใจใหม่" และจบแค่นี้ ตรงกันข้าม ท่านต้อง "ฉีกใจของท่านออก" (โยเอล 2:13) นอกจากนี้ เมื่อท่านกลับใจจากบาปของท่านอย่างสิ้นเชิงแล้วท่านต้องตั้งใจที่จะไม่หันกลับไปทำบาปอย่างเก่าอีก เมื่อท่านทำเช่นนั้นกำแพงบาประหว่างท่านกับพระเจ้าก็จะถูกทำลายลง ความสุขจะพรั่งพรูออกมาจากภายในท่าน ปัญหาของท่านจะได้รับการแก้ไข และท่านจะได้รับคำตอบตามความปรารถนาแห่งจิตใจของท่าน

ตัวอย่างที่สองอยู่ใน 1 พงศ์กษัตริย์ 3 ซึ่งเราเห็นกษัตริย์ซาโลมอนทรงถวายเครื่องเผาบูชาหนึ่งพันตัวบนแท่นบูชาต่อพระพักตร์พระเจ้า ซาโลมอนแสดงออกถึงความเชื่อของท่านด้วยเครื่องบูชาเหล่านี้เพื่อจะได้รับคำตอบจากพระเจ้า ผลก็คือท่านไม่เพียงได้รับสิ่งที่ท่านทูลขอ แต่ซาโลมอนยังได้รับสิ่งที่ท่านไม่ได้ทูลขออีกด้วย

การที่ซาโลมอนจะถวายเครื่องเผาบูชาหนึ่งพันตัวได้นั้นต้องอาศัยการอุทิศตนอย่างมาก เพราะการถวายเครื่องเผาบูชาแต่ละครั้ง ผู้ถวายต้องจับสัตว์สำหรับถวายบูชามาและเตรียมสัตว์เหล่านั้นให้พร้อม ท่านลองคิดดูซิว่าซาโลมอนต้องใช้เวลา ความพยายาม และเงินทองมากเพียงใดเพื่อเตรียมเครื่องเผาบูชาจำนวนหนึ่งพันครั้ง ซาโลมอนคงไม่สามารถแสดงออกถึงการอุทิศตนแบบนั้นได้ถ้ากษัตริย์องค์นี้ไม่เชื่อในพระเจ้าผู้ทรงพระชนม์อยู่

เมื่อพระองค์ทอดพระเนตรเห็นการอุทิศตนของซาโลมอน พระเ

จ้าไม่ได้ทรงมอบเฉพาะสติปัญญาให้กับกษัตริย์องค์นี้ตามที่ท่านทูลขอไว้ก่อนหน้านี้เท่านั้น แต่พระองค์ทรงให้สิ่งที่ท่านไม่ได้ทูลขอด้วยเช่นกัน ซึ่งได้แก่ ความมั่งคั่งและเกียรติยศ เพื่อว่าตลอดช่วงชีวิตของท่านจะไม่มีกษัตริย์องค์ใดเปรียบเทียบกับซาโลมอนได้

ตัวอย่างสุดท้ายอยู่ในมัทธิว 15 ซึ่งเป็นเรื่องราวของผู้หญิงคนหนึ่งซึ่งมาจากเขตเมืองไทระและเมืองไซดอนซึ่งลูกสาวของเธอถูกผีเข้าสิง ผู้หญิงคนนี้มาหาพระเยซูด้วยจิตใจถ่อมและมุ่งมั่น เธอทูลขอการรักษาจากพระเยซู และสุดท้ายเธอก็ได้รับตามใจปรารถนาของตน อย่างไรก็ตาม แม้ผู้หญิงคนนี้จะทูลขอด้วยความร้อนรน แต่ครั้งแรกพระเยซูกลับไม่ตอบเธอว่า "ตกลงลูกสาวของเจ้าหายโรคแล้ว" ตรงกันข้ามพระเยซูตรัสกับผู้หญิงคนนี้ว่า "ซึ่งจะเอาอาหารของลูกโยนให้แก่สุนัขก็ไม่ควร" (ข้อ 26) พระองค์ทรงเปรียบเธอกับสุนัข ถ้าผู้หญิงคนนี้ไม่มีความเชื่อเธอคงจะรู้สึกอับอายมากหรือไม่ก็คงรู้สึกขุ่นเคืองพอสมควร แต่ผู้หญิงคนนี้มีความเชื่อซึ่งทำให้เธอมั่นใจในคำตอบของพระเยซูและเธอไม่รู้สึกผิดหวังหรือท้อใจ ตรงกันข้าม เธอกลับยึดมั่นในพระเยซูด้วยความถ่อมใจมากยิ่งขึ้น เธอทูลว่า "จริงเจ้าข้า แต่สุนัขนั้นย่อมกินเดนที่ตกจากโต๊ะนายของมัน" คำตอบนี้ทำให้พระเยซูทรงพอพระทัยในความเชื่อของผู้หญิงคนนี้และทรงรักษาลูกสาวของเธอที่ถูกผีสิงให้หายเป็นปกติในทันที

ในทำนองเดียวกัน ถ้าเราอยากหายโรคและได้รับคำตอบ เราต้องแสดงออกถึงความเชือของเราจนถึงทีสุด ยิงกว่านัน ถ้าท่านมีความเชือทีสามารถทำให้ท่านได้รับคำตอบจากพระเจ้า ท่านต้องถวายตัวของท่านต่อพระเจ้า

แน่นอน เพราะพระเจ้าทรงสำแดงฤทธิ์อำนาจของพระองค์อย่างยิงใหญ่ผ่านคริสตจักรมันมินเซ็นทรัลเชิร์ช ท่านจึงสามารถรับการรักษาให้หายจากโรคโดยใช้ผ้าเช็ดหน้าทีข้าพเจ้าอธิษฐานเจิมเอาไว้หรือด้วยการอธิษฐานเผือรูปถ่ายเช่นกัน แต่ท่านต้องมาอยู่ต่อพระพักตร์พระเจ้าเว้นแต่ท่านจะเป็นผู้ป่วยในขันวิกฤติหรืออยู่ในต่างประเทศ ท่านจะมีประสบการณ์กับฤทธิ์อำนาจของพระเจ้าได้ก็ต่อเมือท่านฟังพระคำของพระองค์และมีความเชือ ยิงกว่านัน ถ้าท่านนันเป็นผู้พิการทางสมองหรือถูกผีเข้าสิงและไม่สามารถมาอยู่ต่อพระพักตร์พระเจ้าด้วยความเชือของตนได้ พ่อแม่หรือครอบครัวของท่านต้องเข้าหาพระเจ้าแทนท่านด้วยความรักและความเชือเหมือนอย่างผู้หญิงจากซีเรียนฟีนีเซียคนนัน

นอกเหนือจากสิงเหล่านียังมีหลักฐานทีบ่งบอกถึงความเชืออีกมากมาย เช่น บนใบหน้าของคนทีมีความเชือซึงจะทำให้เขาได้รับคำตอบมักมีความสุขและความซาบซึงในพระคุณปรากฏให้เห็นอยู่เสมอ พระเยซูตรัสกับเราในมาระโก 11:24 ว่า “เหตุฉะนัน เราบอกท่านทังหลายว่าขณะเมือท่านจะอธิษฐานพระเจ้าขอสิงใด จงเชือว่า

จะได้รับและท่านจะได้รับสิ่งนั้น" ถ้าท่านมีความเชื่อที่แท้จริงท่านจะชื่นชมยินดีและขอบพระคุณอยู่ตลอดเวลา นอกจากนั้น ถ้าท่านประกาศว่าท่านเชื่อในพระเจ้า ท่านก็จะเชื่อฟังและดำเนินชีวิตด้วยพระคำของพระองค์ เนื่องจากพระเจ้าทรงเป็นความสว่าง ท่านต้องเดินอยู่ในความสว่างและรับการเปลี่ยนแปลงด้วยเช่นกัน

พระเจ้าทรงพอพระทัยในการแสดงออกถึงความเชื่อของเราและจะทรงตอบสนองตามใจปรารถนาของเรา ท่านมีความเชื่อในรูปแบบและในขนาดที่พระเจ้าจะทรงยอมรับหรือไม่

ฮีบรู 11:6 เตือนเราว่า "แต่ถ้าไม่มีความเชื่อแล้วจะเป็นที่พอพระทัยของพระเจ้าก็ไม่ได้เลย เพราะว่าผู้ที่จะมาเฝ้าพระเจ้าได้นั้นต้องเชื่อว่าพระองค์ทรงดำรงพระชนม์อยู่และพระองค์ทรงเป็นผู้ประทานบำเหน็จให้แก่ทุกคนที่แสวงหาพระองค์"

เมื่อท่านเข้าใจอย่างถูกต้องว่าการเชื่อในพระเจ้าหมายถึงอะไรและแสดงออกถึงความเชื่อของท่านแล้ว ขอให้ท่านแต่ละคนทำให้พระเจ้าพอพระทัย มีประสบการณ์กับฤทธิ์อำนาจของพระองค์ และดำเนินชีวิตที่เป็นพระพร ข้าพเจ้าอธิษฐานในพระนามขององค์พระผู้เป็นเจ้า...อาเมน

คำเทศนาตอนที่ 2
การเชื่อในองค์พระผู้เป็นเจ้า

ฮีบรู 12:1-2

เหตุฉะนั้น เมื่อเรามีพยานพรั่งพร้อมอยู่รอบข้างเช่นนี้แล้ว
ก็ขอให้เราสละทิ้งทุกอย่างที่ถ่วงอยู่และบาปที่เกาะแน่น
ขอให้เราวิ่งแข่งด้วยความเพียรพยายามตามที่ได้กำหนดไว้สำหรั
บเรา
หมายเอาพระเยซูเป็นผู้บุกเบิกความเชื่อและผู้ทรงทำให้ความเชื่อขอ
งเราสมบูรณ์
พระองค์ได้ทรงอดทนต่อกางเขนเพื่อความรื่นเริงยินดีที่ได้เตรียมไว้
สำหรับพระองค์
ทรงถือว่าความละอายนั้นไม่เป็นสิ่งสำคัญและพระองค์ได้ประทับ ณ
เบื้องขวาพระที่นั่ง
ของพระเจ้า

ผู้คนจำนวนมากในปัจจุบันได้ยินถึงพระนาม “พระเยซูคริสต์” แต่มีผู้คนจำนวนไม่น้อยที่ไม่รู้ว่าเพราะเหตุใดพระเยซูจึงเป็นพระผู้ช่วยให้รอดแต่เพียงผู้เดียวของมนุษย์ หรือทำไมเราจึงได้รับความรอดเมื่อเราเชื่อในพระเยซูคริสต์เท่านั้น ที่เลวร้ายกว่านั้นก็คือมีคริสเตียนบางคนที่ตอบคำถามเหล่านี้ไม่ได้แม้คริสเตียนเหล่านั้นจะมีส่วนโดยตรงกับกับความรอดก็ตาม นี่หมายความว่าคริสเตียนจำนวนมากกำลังดำเนินชีวิตในพระคริสต์โดยไม่เข้าใจถึงความหมายและความสำคัญฝ่ายวิญญาณของคำถามเหล่านี้เลย

เพราะเหตุนี้ เราจะมีประสบการณ์กับฤทธิ์อำนาจของพระเจ้าได้ก็ต่อเมื่อเรารู้และเข้าใจอย่างถูกต้องว่าทำไมพระเยซูจึงเป็นพระผู้ช่วยให้รอดแต่เพียงผู้เดียวและรู้ว่าการรับเอาและการเชื่อในพระองค์คืออะไร

บางคนถือว่าพระเยซูเป็นเพียงหนึ่งในสี่นักบุญผู้ยิ่งใหญ่ คนอื่น ๆ มองว่าพระองค์เป็นเพียงผู้ก่อตั้งคริสต์ศาสนาหรือเป็นเพียงบุคคลผู้มีจิตใจสูงส่งซึ่งทำแต่คุณงามความดีในช่วงชีวิตของพระองค์เท่านั้น

แต่เราทั้งหลายผู้เป็นบุตรของพระเจ้าต้องกล้าประกาศว่าพระเย

ซูทรงเป็นพระผู้ช่วยให้รอดของมนุษย์ผู้ทรงไถ่มนุษย์ทุกคนให้พ้นจากความผิดบาปของตน เราจะเปรียบพระเยซูคริสต์บุตรองค์เดียวของพระเจ้ากับมนุษย์ผู้เป็นเพียงสิ่งทรงสร้างได้อย่างไร แม้แต่ในสมัยของพระเยซูเราพบว่าผู้คนในเวลานั้นคิดเกี่ยวกับพระองค์ด้วยมุมที่แตกต่างหลากหลายเช่นกัน

พระผู้ช่วยให้รอดผู้ทรงเป็นบุตรของพระเจ้าพระผู้สร้าง

ในมัทธิว 16 เป็นภาพเหตุการณ์ที่พระเยซูตรัสถามสาวกของพระองค์ว่า "คนทั้งหลายพูดกันว่าบุตรมนุษย์เป็นผู้ใด" (ข้อ 13) เหล่าสาวกตอบโดยอ้างความเห็นของผู้คนว่า "เขาว่าเป็นยอห์นผู้ให้รับบัพติศมา แต่บางคนว่าเป็นเอลียาห์ และคนอื่นว่าเป็นเยเรมีย์ หรือเป็นคนหนึ่งในพวกผู้เผยพระวจนะ" (ข้อ 14) จากนั้นพระเยซูตรัสถามสาวกว่า "แล้วพวกท่านเล่าว่าเราเป็นใคร" (ข้อ 15) เมื่อเปโตรตอบว่า "พระองค์ทรงเป็นพระคริสต์พระบุตรของพระเจ้าผู้ทรงพระชนม์อยู่" (ข้อ 16) พระเยซูตรัสกับเปโตรว่า "ซีโมนบุตรโยนาเอ๋ย ท่านก็เป็นสุขเพราะว่ามนุษย์มิได้แจ้งความนี้แก่ท่าน แต่พระบิดาของเราผู้ทรงสถิตในสวรรค์ทรงแจ้งให้ทราบ" (ข้อ 17) จากการทำงานด้วยฤทธิ์อำนาจของพระเจ้าที่พระเยซูทรงสำแดงเปโตรจึงมั่นใจว่าพระองค์ทรงเป็นพระบุตรของพระเจ้าพระผู้สร้างและทรงเป็นพระคริสต์พระผู้ช่วยให้รอดของมนุษย์

ในปฐมกาลพระเจ้าทรงสร้างมนุษย์จากผงคลีดินตามพระฉายาของพระองค์และทรงนำมนุษย์ที่พระองค์สร้างขึ้นให้ไปอาศัยอยู่ในสวนเอเดน ในสวนเอเดนมีต้นไม้แห่งชีวิตและต้นไม้แห่งการสำนึกในความดีและความชั่ว พระเจ้าทรงบัญชาอาดัมว่า "บรรดาผลไม้ทุกอย่างในสวนนี้เจ้ากินได้ทั้งหมด เว้นแต่ต้นไม้แห่งความสำนึกในความดีและความชั่ว ผลของต้นไม้นั้นอย่ากินเพราะในวันใดที่เจ้าขืนกิน เจ้าจะต้องตายแน่" (ปฐมกาล 2:16-17)

หลังจากช่วงเวลาอันยาวนานผ่านพ้นไป ซาตานจึงยุยงให้งูทดลองอาดัมและเอวา ทั้งสองคนไม่เชื่อฟังคำบัญชาของพระเจ้า ในที่สุดอาดัมและเอวาก็กินผลจากต้นไม้แห่งการสำนึกในความดีและความชั่วและถูกขับไล่ออกจากสวนเอเดน การกระทำของอาดัมและเอวาส่งผลให้ลูกหลานทั้งสิ้นของมนุษย์รับสืบทอดเอาธรรมชาติบาปมาจากมนุษย์คู่แรก ยิ่งกว่านั้น เมื่อพระเจ้าตรัสกับอาดัมว่าเขาจะต้องตายแน่ วิญญาณจิตของลูกหลานทุกคนของอาดัมทุกคนจึงลงไปสู่ความตายนิรันดร์

เพราะเหตุนี้ พระเจ้าจึงทรงเตรียมพระเยซูคริสต์พระบุตรของพระเจ้าพระผู้สร้างไว้ให้เป็นหนทางแห่งความรอดตั้งแต่ก่อนปฐมกาล เหมือนดังที่กิจการ 4:12 บอกเราว่า "ในผู้อื่นความรอดไม่มีเลย ด้วยว่านามอื่นซึ่งให้เราทั้งหลายรอดได้ไม่ทรงโปรดให้มีในท่ามกลางมนุษย์ทั่วใต้ฟ้า" ไม่มีมนุษย์คนใดในประวัติศาสตร์ที่มีคุณสมบัติเ

เป็นพระผู้ช่วยให้รอดของมนุษยชาติเว้นแต่พระเยซูคริสต์แต่ผู้เดียว

การจัดเตรียมของพระเจ้าที่ถูกปิดซ่อนไว้ ตั้งแต่ก่อนปฐมกาล

1 โครินธ์ 2:6-7 บอกเราว่า "เรากล่าวถึงเรื่องปัญญาในหมู่คนที่เป็นผู้ใหญ่แล้วก็จริง แต่มิใช่เรื่องปัญญาของยุคนี้หรือเรื่องปัญญาของอำนาจครอบครองในยุคนี้ซึ่งจะเสื่อมสูญไป แต่เรากล่าวถึงเรื่องพระปัญญาของพระเจ้าซึ่งเป็นข้อลึกลับคือพระปัญญาซึ่งทรงซ่อนไว้นั้นและซึ่งพระเจ้าได้ทรงกำหนดไว้ก่อนปฐมกาลเพื่อให้เราถือศักดิ์ศรีของเรา" 1 โครินธ์ 2:8-9 เตือนเราต่อไปว่า "ไม่มีอำนาจครอบครองใด ๆ ในยุคนี้ได้รู้จักพระปัญญานั้นเพราะว่าถ้ารู้แล้วจะมิได้เอาองค์พระผู้เป็นเจ้าแห่งพระสิริตรึงไว้ที่กางเขน ดังที่มีเขียนไว้ในพระคัมภีร์ว่าสิ่งที่ตามองไม่เห็นหูไม่ได้ยินและสิ่งที่มนุษย์คิดไม่ถึงคือสิ่งที่พระเจ้าได้ทรงจัดเตรียมไว้สำหรับคนที่รักพระองค์" เราต้องรู้ว่าหนทางไปสู่ความรอดที่พระเจ้าทรงจัดเตรียมไว้สำหรับมนุษย์ก่อนปฐมกาลคือหนทางแห่งไม้กางเขนโดยพระเยซูคริสต์และนี่คือพระปัญญาของพระเจ้าที่ถูกปิดซ่อนไว้

ในฐานะพระผู้สร้าง พระเจ้าทรงครอบครองสิ่งสารพัดในจักรวาลและทรงควบคุมประวัติศาสตร์ของมนุษย์เอาไว้เสมอ กษัตริย์หรือประธานาธิบดีของประเทศปกครองประเทศของตนตามกฎหมายข

องบ้านเมือง ผู้บริหารของบริษัทกำกับดูแลบริษัทของตนตามนโยบายของบริษัท และหัวหน้าครอบครัวปกครองดูแลครอบครัวของตนตามระเบียบกฎเกณฑ์ของบ้าน ในทำนองเดียวกัน แม้พระเจ้าทรงเป็นเจ้าของสิ่งสารพัดในจักรวาล แต่พระองค์ทรงปกครองทุกสิ่งตามกฎเกณฑ์ของมิติฝ่ายวิญญาณเหมือนที่ปรากฏอยู่ในพระคัมภีร์

จากกฎเกณฑ์ของมิติฝ่ายวิญญาณ มีกฎข้อหนึ่งที่ระบุว่า "ค่าจ้างของความบาปคือความตาย" (โรม 6:23) ซึ่งเป็นการลงโทษคนที่ทำผิด และยังมีกฎข้อหนึ่งที่สามารถไถ่เราให้พ้นจากความบาป เพราะเหตุนี้ พระเจ้าจึงทรงนำกฎข้อนี้มาใช้เพื่อไถ่เราให้พ้นจากความผิดบาปเพื่อจะทรงรื้อฟื้นสิทธิอำนาจที่อาดัมสูญเสียให้กับมารซาตานเนื่องจากการไม่เชื่อฟังของตนกลับคืนมา

กฎอะไรที่จะสามารถไถ่มนุษย์และรื้อฟื้นสิทธิอำนาจซึ่งอาดัมสูญเสียให้กับมารซาตานกลับคืนมาได้ พระเจ้าทรงจัดเตรียมหนทางแห่งความรอดเอาไว้สำหรับมนุษย์ก่อนปฐมกาลตาม "กฎแห่งการไถ่ถอนที่ดิน"

พระเยซูคริสต์ทรงมีคุณสมบัติตาม "กฎแห่งการไถ่ถอนที่ดิน"

พระเจ้าทรงมอบ "กฎแห่งการไถ่ถอนที่ดิน" แก่คนอิสราเอลซึ่งกำหนดไว้ดังนี้ว่าที่ดินต้องไม่ถูกขายไปอย่างถาวร ถ้าคนหนึ่งยากจน

และขายที่ดินของตนไปก็ให้ญาติสนิทที่ถัดเขาไปมาไถ่ถอนที่ดินของตนที่ขายไปนั้นคืนมาหรือให้คนที่ขายไถ่ถอนที่ดินนั้นคืนซึ่งจะทำให้เขากลับมาเป็นเจ้าของที่ดินผืนนั้นดังเดิม (เลวีนิติ 25:23-28)

พระเจ้าทรงทราบล่วงหน้าว่าอาดัมจะสูญเสียสิทธิอำนาจที่ท่านได้รับจากพระเจ้าให้กับมารซาตานด้วยการไม่เชื่อฟังของตน นอกจากนี้ ในฐานะเจ้าของดั้งเดิมที่แท้จริงของสรรพสิ่งในจักรวาล พระเจ้าทรงส่งมอบสิทธิอำนาจและศักดิ์ศรีที่อาดัมเคยมีให้กับซาตานซึ่งเป็นสิ่งที่กำหนดไว้โดยกฎของมิติฝ่ายวิญญาณ ด้วยเหตุนี้เมื่อมารทดลองพระเยซูในลูกาบทที่ 4 ด้วยการสำแดงให้พระองค์เห็นถึงอาณาจักรทั้งสิ้นของโลก มารจึงกล้าทูลพระเยซูว่า "อำนาจทั้งสิ้นนี้และศักดิ์ศรีของราชอาณาจักรนั้นเราจะยกให้แก่ท่านเพราะว่ามอบเป็นสิทธิ์ไว้แก่เราแล้วและเราปรารถนาจะให้แก่ผู้ใดก็จะให้แก่ผู้นั้น เหตุฉะนั้นถ้าท่านจะกราบนมัสการเรา สรรพสิ่งนั้นจะเป็นของท่านทั้งหมด" (ลูกา 4:6-7)

ตามกฎแห่งการไถ่ถอนที่ดิน ที่ดินทั้งสิ้นเป็นของพระเจ้า ดังนั้นมนุษย์จึงไม่สามารถขายที่ดินไปอย่างถาวรและเมื่อคนที่มีคุณสมบัติครบถ้วนปรากฏตัวขึ้น ดินที่ถูกขายไปนั้นต้องได้รับการไถ่ถอนคืนให้กับบุคคลนั้น ในทำนองเดียวกันสรรพสิ่งในจักรวาลเป็นของพระเจ้า ดังนั้นอาดัมจึงไม่อาจ "ขาย" สิ่งเหล่านั้นไปอย่างถาวรและมารซาตานก็ไม่สามารถเป็นเจ้าของสิ่งเ

หล่านั้นได้อย่างถาวรเช่นกัน ด้วยเหตุนี้ เมื่อบุคคลที่สามารถไถ่ถอนสิทธิอำนาจที่อาดัมสูญเสียไปปรากฏตัวขึ้น มารซาตานจึงไม่มีทางเลือกอื่นนอกจากต้องยอมจำนนสิทธิอำนาจที่ตนได้รับจากอาดัมคืน

พระเจ้าแห่งความยุติธรรมได้ทรงจัดเตรียมมนุษย์ที่มีคุณสมบัติตามกฎแห่งการไถ่ถอนที่ดินซึ่งไร้ตำหนิคนหนึ่งเอาไว้ตั้งแต่ก่อนปฐมกาลและหนทางแห่งความรอดดังกล่าวสำหรับมนุษย์คือพระเยซูคริสต์

ถ้าเช่นนั้นพระเยซูคริสต์จะรื้อฟื้นสิทธิอำนาจซึ่งได้มอบให้กับซาตานกลับคืนมาตามกฎแห่งการไถ่ถอนที่ดินได้อย่างไร พระเยซูจะสามารถไถ่มนุษย์ทุกคนให้พ้นจากความบาปและรื้อฟื้นสิทธิอำนาจซึ่งสูญเสียให้กับซาตานกลับคืนมาได้ก็ต่อเมื่อพระองค์มีคุณสมบัติครบทั้งสี่ประการดังต่อไปนี้

ประการแรก ผู้ไถ่ต้องเป็นมนุษย์ซึ่งเป็น "ญาติสนิท" ของอาดัม

เลวีนิติ 25:25 บอกเราว่า "ถ้าพี่น้องของเจ้ายากจนลงและขายที่ดินส่วนหนึ่งของเขา ให้ญาติสนิทถัดเขาไปมาไถ่ถอนนาที่พี่น้องของเขาขายไปนั้น" เนื่องจาก "ญาติสนิท" สามารถไถ่ถอนที่ดินกลับคืนมา ดังนั้นเพื่อรื้อฟื้นสิทธิอำนาจที่อาดัม

สูญเสียให้กับซาตานกลับคืนมา "ญาติสนิท" คนนั้นต้องเป็นมนุษย์ 1 โครินธ์ 15:21-22 กล่าวว่า "เพราะว่าความตายได้อุบัติขึ้นเพราะมนุษย์คนหนึ่งเป็นเหตุฉันใด การเป็นขึ้นมาจากความตายก็ได้อุบัติขึ้นเพราะมนุษย์ผู้หนึ่งเป็นเหตุฉันนั้น" กล่าวคือ ความตายเข้ามาในโลกผ่านทางมนุษย์คนเดียวฉันใด วิญญาณจิตที่ตายไปแล้วจะเป็นขึ้นมาได้ก็โดยผ่านมนุษย์คนเดียวฉันนั้น

พระเยซูคริสต์ทรงเป็น "พระวาทะที่ทรงรับสภาพเป็นมนุษย์" และเสด็จเข้ามาในโลก (ยอห์น 1:14) พระองค์ทรงเป็นพระบุตรของพระเจ้าผู้ถือกำเนิดในสภาพของเนื้อหนังที่มีทั้งธรรมชาติของมนุษย์และพระเจ้าในเวลาเดียวกัน ยิ่งกว่านั้น การบังเกิดของพระองค์ยังเป็นข้อเท็จจริงทางด้านประวัติศาสตร์และมีหลักฐานมากมายที่ยืนยันถึงข้อเท็จจริงนี้ หลักฐานที่ชัดเจนที่สุดประการหนึ่งคือมนุษย์ใช้คำว่า "ก่อนคริสตศักราช" (ก.ค.ศ.) และ "คริสตศักราช" (ค.ศ.) เพื่อกำหนดประวัติศาสตร์ของตน

เนื่องจากพระเยซูคริสต์เสด็จเข้ามาในโลกในสภาพของมนุษย์ที่เป็นเนื้อหนัง พระองค์จึงทรงเป็น "ญาติสนิท" ของอาดัมและมีคุณสมบัติตามข้อแรก

ประการที่สอง ผู้ไถ่ต้องไม่เป็นลูกหลานของอาดัม

การที่บุคคลคนหนึ่งจะไถ่คนอื่น ๆ ให้พ้นจากความบาปของตน บุคคลนั้นต้องไม่มีบาป ลูกหลานทุกคนของอาดัม (ซึ่งกลายเป็นคนบาปเพราะการไม่เชื่อฟังของอาดัม) ล้วนเป็นคนบาป ด้วยเหตุนี้ ตามกฎแห่งการไถ่ถอนที่ดินกำหนดไว้ว่าผู้ไถ่ต้องไม่เป็นลูกหลานของอาดัม

วิวรณ์ 5:1-3 กล่าวไว้ว่า

และในพระหัตถ์เบื้องขวาของพระองค์ผู้ประทับบนพระที่นั่งนั้น ข้าพเจ้าได้เห็นหนังสือม้วนหนึ่งเขียนไว้ทั้งข้างในและข้างนอก มีตราประทับอยู่เจ็ดดวง และข้าพเจ้าได้เห็นทูตสวรรค์ที่มีฤทธิ์องค์หนึ่งประกาศด้วยเสียงอันดังว่า "ใครเป็นผู้ที่สมควรจะแกะตราและคลีหนังสือม้วนนั้นออก" และไม่มีผู้ใดในสวรรค์ บนแผ่นดินโลก หรือใต้แผ่นดินที่สามารถคลีหนังสือม้วนนั้นออกหรือดูหนังสือนั้นได้

"หนังสือม้วนที่มีตราประทับอยู่เจ็ดดวง" ในที่นี้หมายถึงสัญญาที่ทำขึ้นระหว่างพระเจ้ากับมารซาตานหลังจากการไม่เชื่อฟังของอาดัมและบุคคลที่ "สมควรจะแกะตราและคลีหนังสือม้วนนั้นออก" ต้องมีคุณสมบัติตามกฎแห่งการไถ่ถอนที่ดิน เมื่ออัครทูตยอห์นมองหาบุคคลที่จะสามารถแกะตราและคลี่หนังสือม้วนนั้นออก ท่านมองไม่เห็นผู้ใดเลย

เมื่อยอห์นมองขึ้นไปในสวรรค์ ที่นั่นมีทูตสวรรค์แต่ไม่มีมนุษย์ เมื่อท่านมองไปบนแผ่นดินโลก ท่านเห็นเฉพาะลูกหลานของอาดัมซึ่งล้วนเป็นคนบาป เมื่อท่านมองไปใต้แผ่นดินและเห็นเฉพาะคนบาปที่ต้องตกนรกและเหล่าวิญญาณชั่ว ยอห์นเริ่มร่ำไห้อย่างต่อเนื่องเพราะท่านไม่พบใครที่มีคุณสมบัติเหมาะสมตามกฎแห่งการไถ่ถอนที่ดิน (ข้อ 4)

จากนั้นผู้อาวุโสท่านหนึ่งปลอบโยนยอห์นว่า "อย่าร้องไห้เลย นี่แน่ะ สิงห์แห่งเผ่ายูดาเชื้อสายของดาวิด พระองค์ทรงมีชัยแล้ว พระองค์จึงทรงสามารถแกะตราทั้งเจ็ดดวงและคลี่หนังสือม้วนนั้นออกได้" (ข้อ 5) คำว่า "สิงห์แห่งเผ่ายูดาเชื้อสายของดาวิด" ในข้อนี้หมายถึงพระเยซูผู้ซึ่งอยู่ในเผ่ายูดาและเป็นวงศ์วานของดาวิด พระเยซูคริสต์ทรงมีคุณสมบัติที่จะเป็นผู้ไถ่ตามกฎแห่งการไถ่ถอนที่ดิน

จากมัทธิว 1:18-21 เราพบรายละเอียดเกี่ยวกับการบังเกิดขององค์พระผู้เป็นเจ้าของเราดังนี้

เรื่องพระกำเนิดของพระเยซูคริสต์เป็นดังนี้ คือมารีย์ผู้เป็นมารดาของพระเยซูนั้นเดิมโยเซฟได้สู่ขอหมั้นกันไว้แล้ว ก่อนที่จะได้อยู่กินด้วยกันก็ปรากฏว่ามารีย์มีครรภ์แล้วด้วยเดชพระวิญญาณบริสุทธิ์ แต่โยเซฟคู่หมั้นของเขาเป็นคนมีธัมมะไม่พอใจที่จะแพร่งพรายความเป็นไปของเธอหมายจะถอนหมั้นเสียลับ ๆ แต่เมื่อโยเซฟยังคิดในเรื่องนี้อยู่ก็มีทูตองค์หนึ่งของพระเป็นเจ้ามาปรากฏแห่งโยเซฟใน

ความฝันว่า “โยเซฟบุตรดาวิด อย่ากลัวที่จะรับมารีย์มาเป็นภรรยาขององเจ้าเลยเพราะว่าผู้ซึ่งปฏิสนธิในครรภ์ของเธอเป็นโดยเดชพระวิญญาณบริสุทธิ์ เธอจะประสูติบุตรชายแล้วเจ้าจงเรียกนามท่านว่าเยซู เพราะว่าท่านเป็นผู้ที่จะโปรดช่วยชนชาติของท่านให้รอดจากความผิดบาปของเขา”

เหตุผลที่พระเยซูคริสต์พระบุตรองค์เดียวของพระเจ้าเสด็จเข้ามาในโลกในสภาพของเนื้อหนัง (ยอห์น 1:14) โดยผ่านครรภ์ของมารีย์สาวพรหมจารีก็เพราะพระองค์ต้องเป็นมนุษย์แต่ไม่ใช่ลูกหลานของอาดัมเพื่อพระองค์จะมีคุณสมบัติเหมาะสมตามกฎแห่งการไถ่ถอนที่ดิน

ประการที่สาม ผู้ไถ่ต้องมีความสามารถ

สมมติว่าน้องชายคนหนึ่งยากจนและขายที่ดินของตนไปและพี่ชายของเขาต้องการไถ่ถอนที่ดินผืนนั้นคืนให้กับน้องชายของตน ในกรณีนี้พี่ชายต้องมีปัจจัยเพียงพอที่จะไถ่ถอนที่ดินผืนนั้นคืน (เลวีนิติ 25:26) เช่นเดียวกัน ถ้าน้องชายมีหนี้สินและพี่ชายของเขาต้องการชำระหนี้คืนแทนน้องของตน พี่ชายจะกระทำเช่นนั้นได้ก็ต่อเมื่อเขามี “ปัจจัยเพียงพอ” เท่านั้น ไม่ใช่มีแค่เจตนาดี

ในทำนองเดียวกัน เพื่อเปลี่ยนแปลงคนบาปให้เป็นคนชอบธร

รม "ปัจจัยเพียงพอ" หรือความสามารถจึงเป็นสิ่งจำเป็น ความสามารถในการไถ่ถอนที่ดินคืนในที่นี้หมายถึงฤทธิ์อำนาจที่จะไถ่มนุษย์ทุกคนให้พ้นจากความบาป กล่าวคือ ผู้ไถ่ของมนุษย์ที่มีคุณสมบัติตามกฎแห่งการไถ่ถอนที่ดินต้องไม่มีบาปอยู่ในชีวิตของตน

เนื่องจากพระเยซูคริสต์ไม่ใช่ลูกหลานของอาดัม พระองค์จึงไม่มีความบาปดั้งเดิม พระเยซูคริสต์ไม่เคยทำบาปเช่นกันเนื่องจากพระองค์รักษาธรรมบัญญัติทุกข้อตลอด 33 ปีของการมีชีวิตอยู่บนโลกนี้ พระองค์ทรงเข้าพิธีสุหนัตหลังจากทรงบังเกิดได้แปดวันและก่อนการทำพันธกิจสามปีของพระองค์พระเยซูทรงรักและทรงเชื่อฟังบิดามารดาของพระองค์อย่างยิ่งและทรงอุทิศพระองค์เองให้กับการรักษาพระบัญญัติทุกข้อ

เพราะเหตุนี้ ฮีบรู 7:26 จึงบอกเราว่า "มหาปุโรหิตเช่นนี้แหละที่เหมาะสำหรับเรา คือเป็นผู้บริสุทธิ์ ปราศจากอุบายไร้มลทิน แยกจากคนบาปทั้งปวง ประทับอยู่สูงกว่าฟ้าสวรรค์" 1 เปโตร 2:22-23 กล่าวว่า "พระองค์ไม่ได้ทรงกระทำบาปเลยและไม่ได้ตรัสคำเท็จเลย เมื่อเขากล่าวคำหยาบคายต่อพระองค์ พระองค์ไม่ได้ทรงกล่าวตอบเขาด้วยคำหยาบคายเลย เมื่อพระองค์ทรงทนทุกข์ พระองค์ไม่ได้ทรงมาดร้าย แต่ทรงมอบเรื่องของพระองค์ไว้แก่พระเจ้าผู้ทรงพิพากษาอย่างยุติธรรม"

ประการที่สี่ ผู้ไถ่ต้องมีความรัก

นอกเหนือจากคุณสมบัติทั้งสามประการแล้ว เพื่อให้การไถ่ถอนที่ดินสำเร็จลุล่วงผู้ไถ่ถอนต้องมีความรัก ถ้าไม่มีความรักพี่ชายที่สามารถไถ่ถอนที่ดินคืนให้กับน้องชายของเขาจะไม่ยอมไถ่ถอนที่ดินผืนนั้น ถึงแม้พี่ชายจะเป็นบุคคลร่ำรวยที่สุดในแผ่นดินในขณะที่น้องชายของเขามีหนี้สินรุงรัง ถ้าพี่ชายไม่มีความรัก ความร่ำรวยที่เขามีอยู่ก็ไม่อาจช่วยน้องชายของเขาได้ ความสามารถและความมั่งคั่งของพี่ชายจะมีประโยชน์อะไรกับน้องชายคนนั้น

ในหนังสือนารูธบทที่ 4 มีเรื่องราวของโบอาสที่รู้ถึงสภาพของนางนาโอมีแม่สามีของนางรูธเป็นอย่างดี เมื่อโบอาสขอร้องให้ "ญาติสนิท" มาไถ่ถอนมรดกของนางนาโอมีคืน ญาติสนิทคนนั้นตอบว่า "ข้าพเจ้าจะไถ่เพื่อตนเองอย่างนั้นไม่ได้จะทำให้มรดกของข้าพเจ้าเสียไป ท่านจงเอาสิทธิในการไถ่ของข้าพเจ้าไปจัดการเองเถิดเพราะข้าพเจ้าไถ่ไม่ได้แล้ว" (ข้อ 6) จากนั้นโบอาสผู้อุดมไปด้วยความรักจึงไถ่ถอนที่ดินคืนให้กับนางนาโอมี ต่อมาโบอาสได้รับพระพรอันยิ่งใหญ่ของการเป็นบรรพบุรุษของดาวิด

พระเยซูผู้เสด็จมาในโลกนี้ในสภาพของเนื้อหนังไม่ใช่ลูกหลานของอาดัมเพราะพระองค์ทรงปฏิสนธิโดยเดชของพระวิญญาณบริสุทธิ์และไม่เคยทำบาป ดังนั้นพระองค์จึงทรงมี "ปัจจัยเพียงพอ"

ที่จะไถ่เรา แต่ถ้าพระเยซูไม่มีความรักพระองค์คงไม่ทรงอดทนต่อความทุกข์ทรมานของการถูกตรึง แต่เพราะพระเยซูทรงอุดมไปด้วยความรักพระองค์จึงยอมให้มนุษย์ซึ่งเป็นสิ่งทรงสร้างนำพระองค์ไปตรึงที่กางเขน ทรงหลั่งพระโลหิต และทรงไถ่มนุษย์ให้รอด ดังนั้นพระองค์จึงทรงเปิดหนทางแห่งความรอดออก นี่เป็นผลของความรักอันยิ่งใหญ่ของพระเจ้าพระบิดาและการเสียสละของพระเยซูผู้ทรงเชื่อฟังจนกระทั่งความมรณา

เหตุผลที่พระเยซูทรงถูก "แขวนบนต้นไม้"

ทำไมพระเยซูจึงถูกตรึงบนไม้กางเขน พระองค์ทรงถูกตรึงเพราะเป็นการทำตามกฎของมิติฝ่ายวิญญาณซึ่งกำหนดไว้ว่า "พระคริสต์ทรงไถ่เราให้พ้นความแช่งสาปแห่งธรรมบัญญัติโดยการที่พระองค์ทรงยอมถูกแช่งสาปเพื่อเรา เพราะพระคัมภีร์เขียนไว้ว่า 'ทุกคนที่ต้องถูกแขวนไว้บนต้นไม้ต้องถูกสาปแช่ง'" (กาลาเทีย 3:13) พระเยซูทรงถูกแขวนไว้บนต้นไม้แทนเราเพื่อจะทรงไถ่เราทั้งหลายที่เป็นคนบาปให้พ้นจาก "ความแช่งสาปแห่งธรรมบัญญัติ"

เลวีนิติ 17:11 บอกเราว่า "เพราะว่าชีวิตของเนื้อหนังอยู่ในเลือด เราได้ให้เลือดแก่เจ้าเพื่อใช้บนแท่นเพื่อจะทำการลบมลทินบาปแห่งวิญญาณจิตของเจ้า เพราะว่าโลหิตเป็นสิ่งที่ทำการลบมลทินบาปด้วยชีวิตเป็นเหตุ" ฮีบรู 9:22 กล่าวว่า "ความจริงนั้นตามพระบัญ

ญัติถือว่าเกือบทุกสิ่งจะบริสุทธิ์เพราะโลหิตและถ้าไม่มีโลหิตไหลออกแล้วก็จะไม่มีการอภัยบาปเลย" โลหิตคือชีวิตเพราะถ้าไม่มีโลหิตไหลออกก็จะ "ไม่มีการอภัยบาปเลย" พระเยซูทรงหลั่งพระโลหิตที่ปราศจากตำหนิและมีคุณค่าของพระองค์ออกเพื่อเราจะได้ชีวิต

นอกจากนี้ โดยการทนทุกข์ทรมานบนไม้กางเขนของพระองค์ผู้เชื่อจึงเป็นอิสระจากคำแช่งสาปของโรคภัย ความเจ็บไข้ ความยากจน และทุกขภาพรูปแบบต่าง ๆ เพราะพระเยซูทรงมีชีวิตอยู่ในความยากจนในขณะที่อยู่บนโลกนี้พระองค์จึงทรงขจัดความยากจนของเราให้หมดไป เพราะพระองค์ทรงถูกเฆี่ยนตีเราจึงเป็นอิสระจากโรคภัยไข้เจ็บ เพราะพระเยซูทรงสวมมงกุฎหนามพระองค์จึงทรงไถ่เราให้พ้นจากความบาปที่เราทำด้วยความคิดของเรา เพราะพระหัตถ์และพระบาทของพระเยซูถูกตอกด้วยตะปูพระองค์จึงทรงไถ่เราให้พ้นจากความบาปที่เราทำด้วยมือและเท้าของเรา

การเชื่อในองค์พระผู้เป็นเจ้าคือการเปลี่ยนไปสู่ความจริง

ผู้คนที่เข้าใจถึงการจัดเตรียมของพระเจ้าในเรื่องไม้กางเขนและเชื่อในเรื่องนี้ในส่วนลึกแห่งจิตใจของตนจะละทิ้งความผิดบาปของตนและดำเนินชีวิตตามน้ำพระทัยของพระเจ้า เหมือนที่พระเยซูตรัสกับเราในยอห์น 14:23 ว่า "ถ้าผู้ใดรักเรา ผู้นั้นจะประพฤติตามคำของเราและพระบิดาจะทรงรักเขา แล้วพระบิดากับเราจะมาหาเขาแ

ละจะอยู่กับเขา" บุคคลนั้นจะได้รับความรักและพระพรจากพระเจ้า

ถ้าเช่นนั้นเพราะเหตุใดผู้คนที่ประกาศถึงความเชื่อของตนในองค์พระผู้เป็นเจ้าจึงไม่ได้รับคำตอบต่อคำอธิษฐานของตนและยังมีชีวิตอยู่ในการทดลองและความทุกข์ยากลำบาก ที่เป็นเช่นนี้ก็เพราะพระเจ้าไม่ทรงถือว่าความเชื่อของคนเหล่านั้นเป็นความเชื่อที่แท้จริงแม้ว่าเขาจะพูดว่าตนเชื่อในพระเจ้าก็ตาม นั่นหมายความว่าแม้คนเหล่านั้นได้ยินพระคำของพระเจ้า แต่เขาก็ไม่ได้ละทิ้งความผิดบาปของตนและยังไม่ได้รับการเปลี่ยนแปลงไปสู่ความจริง

ยกตัวอย่าง มีผู้เชื่อจำนวนมากที่ไม่ได้เชื่อฟังพระบัญญัติสิบประการซึ่งถือเป็นรากฐานของชีวิตในพระคริสต์ ผู้เชื่อเหล่านี้รู้พระบัญญัติข้อที่ว่า "จงระลึกถึงวันสะบาโตและรักษาวันนี้ให้บริสุทธิ์" แต่คนเหล่านี้เพียงแค่เข้าร่วมนมัสการในตอนเช้าหรือไม่เข้าร่วมนมัสการเลยและทำงานของตนในวันองค์พระผู้เป็นเจ้า คนเหล่านี้รู้ว่าตนเองต้องถวายสิบลดแต่เพราะเขารักเงินมากกว่าเขาจึงไม่ยอมถวายสิบลดอย่างครบถ้วน ในเมื่อพระเจ้าตรัสกับเราว่าการไม่ถวายสิบลดอย่างครบถ้วนคือการ "ฉ้อ" พระองค์ คนเหล่านี้จะได้รับคำตอบและพระพรได้อย่างไร (มาลาคี 3:8)

มีผู้เชื่ออีกหลายคนที่ไม่ยอมยกโทษให้กับความผิดพลาดและความบกพร่องของผู้อื่น คนเหล่านี้โกรธและใช้แผนตอบความชั่วด้วย

ความชั่ว บางคนให้คำมั่นสัญญาแต่ไม่ได้ทำตามสัญญาที่ให้ไว้ซ้ำแล้วซ้ำอีกในขณะที่หลายคนขุ่นเคืองและโยนความผิดให้กับผู้อื่นซึ่งเป็นการประพฤติตนที่ไม่แตกต่างจากคนของโลก คนเหล่านี้จะบอกได้อย่างไรว่าตนมีความเชื่อที่แท้จริง

ถ้าเรามีความเชื่อที่แท้จริงเราต้องพยายามทำทุกสิ่งตามน้ำพระทัยของพระเจ้า หลีกเลี่ยงความชั่วร้ายทุกชนิด และเป็นเหมือนองค์พระผู้เป็นเจ้าผู้ทรงทรงยอมสละพระชนม์ชีพของพระองค์เพื่อเราผู้เป็นคนบาป ผู้คนเช่นนี้สามารถยกโทษและรักคนที่เกลียดชังและทำร้ายตนพร้อมทั้งรับใช้และเสียสละตนเองเพื่อคนอื่นอยู่เสมอ

เมื่อท่านกำจัดอารมณ์วู่วามของท่านออกไปท่านจะเปลี่ยนเป็นบุคคลที่ใช้ริมฝีปากของตนพูดเฉพาะสิ่งที่ดีงามและน่าอบอุ่นใจ ถ้าก่อนหน้านี้ท่านเป็นคนขี้บ่นในทุกเรื่อง การมีความเชื่อที่แท้จริงจะเปลี่ยนคำบ่นเหล่านั้นเป็นการขอบคุณในทุกกรณีและท่านจะแบ่งปันพระคุณกับทุกคนที่อยู่รอบข้างท่าน

ถ้าเราเชื่อในองค์พระผู้เป็นเจ้าอย่างแท้จริง เราแต่ละคนต้องเป็นเหมือนพระองค์และดำเนินชีวิตที่ได้รับการเปลี่ยนแปลง นี่คือวิธีการที่จะได้รับคำตอบและพระพรจากพระเจ้า
ฮีบรู 12:1-2 บอกเราว่า
เหตุฉะนั้น เมื่อเรามีพยานพรั่งพร้อมอยู่รอบข้างเช่นนี้แล้วก็ขอ

ให้เราละทิ้งทุกอย่างที่ถ่วงอยู่และบาปที่เกาะแน่น ขอให้เราวิ่งแข่งด้วยความเพียรพยายามตามที่ได้กำหนดไว้สำหรับเราหมายเอาพระเยซูเป็นผู้บุกเบิกความเชื่อและผู้ทรงทำให้ความเชื่อของเราสมบูรณ์ พระองค์ได้ทรงอดทนต่อกางเขนเพื่อความรื่นเริงยินดีที่ได้เตรียมไว้สำหรับพระองค์ ทรงถือว่าความละอายนั้นไม่เป็นสิ่งสำคัญและพระองค์ได้ประทับ ณ เบื้องขวาพระที่นั่งของพระเจ้า

นอกจากบรรพบุรุษแห่งความเชื่อจำนวนมากที่เราพบในพระคัมภีร์แล้วยังมีผู้คนรอบข้างเราอีกหลายคนที่ได้รับความรอดและพระพรด้วยความเชื่อของตนในองค์พระผู้เป็นเจ้า

ขอให้เรามีความเชื่อที่แท้จริงเหมือน "พยานที่พรั่งพร้อมอยู่รอบข้าง" เหล่านั้น ขอให้เราละทิ้งทุกสิ่งทุกอย่างที่เป็นอุปสรรคขัดขวางและความบาปที่เกาะแน่นและพยายามเป็นเหมือนองค์พระผู้เป็นเจ้า เราแต่ละคนจะมีชีวิตที่เต็มล้นไปด้วยคำตอบและพระพรได้ "ถ้าท่านทั้งหลายเข้าสนิทอยู่ในเราและถ้อยคำของเราฝังอยู่ในท่านแล้ว ท่านจะขอสิ่งใดซึ่งท่านปรารถนาก็จะได้สิ่งนั้น" เหมือนที่พระเยซูทรงสัญญากับเราในยอห์น 15:7

ถ้าท่านยังไม่ได้ดำเนินชีวิตเช่นนี้ จงหันกลับไปทบทวนดูชีวิตของท่าน ฉีกหัวใจของท่านออก กลับใจการไม่เชื่อในองค์พระผู้เป็นเจ้าอย่างแท้จริง และตั้งใจที่จะดำเนินชี

วิตด้วยพระคำของพระเจ้าเท่านั้น

ขอให้ท่านแต่ละคนมีความเชื่อที่แท้จริง มีประสบการณ์กับฤทธิ์อำนาจของพระเจ้า และถวายเกียรติยศแด่พระองค์อย่างยิ่งใหญ่ด้วยพระพรและคำตอบที่ท่านได้รับ ข้าพเจ้าอธิษฐานในพระนามของพระเยซูคริสต์องค์พระผู้เป็นเจ้าของเรา...อาเมน

คำเทศนาตอนที่ 3
ภาชนะที่งดงามยิ่งกว่าเพชรพลอย

2 ทิโมธี 2:20-21

ในบ้านใหญ่หลังหนึ่ง ๆ มิได้มีแต่ภาชนะทองและเงินเท่านั้น
แต่มีภาชนะไม้และภาชนะดินด้วย บ้างก็เพื่อศิลปะและบ้างก็สามัญ
ถ้าผู้ใดชำระตัวให้พ้นจากสิ่งที่ไม่มีค่า เขาก็จะเป็นภาชนะที่มีค่าซึ่งชำ
ระให้บริสุทธิ์แล้ว
เหมาะที่เจ้าของเรือนจะใช้ให้เป็นประโยชน์พร้อมกับการดีทุกอย่าง

พระเจ้าทรงสร้างมนุษย์ขึ้นเพื่อพระองค์จะมีบุตรที่แท้จริงซึ่งเป็นบุคคลที่พระองค์สามารถแบ่งปันความรักให้ ถึงกระนั้นมนุษย์ก็ทำบาปพร้อมกับหลงเจินไปจากจุดประสงค์ที่แท้จริงของการที่ตนถูกสร้างขึ้นและกลายเป็นทาสของผีมารซาตาน (โรม 3:23) แต่พระเจ้าแห่งความรักไม่ได้ทรงละทิ้งเป้าหมายของการมีบุตรที่แท้จริง พระองค์ทรงเปิดหนทางแห่งความรอดสำหรับมนุษย์ที่อยู่ในความบาป พระเจ้าทรงยอมให้พระเยซูพระบุตรองค์เดียวของพระองค์ถูกตรึงบนไม้กางเขนเพื่อทรงไถ่มนุษย์ทั้งปวงให้พ้นจากบาปของตน

ด้วยความรักประหลาดที่มาพร้อมกับการเสียสละอันยิ่งใหญ่นี้จึงทำให้หนทางแห่งความรอดเปิดออกสำหรับทุกคนที่เชื่อในพระเยซูคริสต์ ผู้ที่เชื่อในจิตใจของตนว่าพระเยซูทรงสิ้นพระชนม์และเป็นขึ้นมาจากความตายพร้อมกับยอมรับด้วยริมฝีปากว่าพระเยซูทรงเป็นพระผู้ช่วยให้รอด พระเจ้าทรงประทานสิทธิให้คนเหล่านี้เป็นบุตรของพระองค์

บุตรที่รักของพระเจ้าเป็นเหมือน *“ภาชนะ”*

2 ทิโมธี 2:20-21 บอกเราว่า “ในบ้านใหญ่หลังหนึ่ง ๆ มิได้มีแต่ภาชนะทองและเงินเท่านั้นแต่มีภาชนะไม้และภาชนะดินด้วย

บ้างก็เพื่อศิลปะและบ้างก็สามัญ ถ้าผู้ใดชำระตัวให้พ้นจากสิ่งที่ไม่มีค่า เขาก็จะเป็นภาชนะที่มีค่าซึ่งชำระให้บริสุทธิ์แล้วเหมาะที่เจ้าของเรือนจะใช้ให้เป็นประโยชน์พร้อมกับการดีทุกอย่าง" ภาชนะมีไว้เพื่อใส่สิ่งของ พระเจ้าทรงเปรียบบุตรที่รักของพระองค์กับ "ภาชนะ" เพราะพระองค์ทรงสามารถใส่ความรัก พระคุณ และพระคำซึ่งเป็นความจริงตลอดจนฤทธิ์อำนาจและสิทธิอำนาจของพระองค์ไว้ในคนเหล่านี้ เพราะเหตุนี้ เราต้องรู้ว่าเราสามารถชื่นชมกับของประทานและพระพรอันดีทุกอย่างที่พระเจ้าทรงจัดเตรียมไว้ให้กับเราโดยขึ้นอยู่กับว่าเราเป็นภาชนะชนิดใด

ภาชนะชนิดใดที่สามารถรับเอาพระพรทั้งสิ้นที่พระเจ้าทรงจัดเตรียมไว้ ภาชนะที่จะรับเอาพระพรนานาชนิดไว้ได้ต้องเป็นภาชนะที่พระเจ้าทรงเห็นว่ามีคุณค่า สูงส่ง และงดงาม

ประการแรก ภาชนะที่ "มีคุณค่า" ได้แก่คนที่ทำหน้าที่ซึ่งตนได้รับจากพระเจ้าให้สำเร็จ ยอห์นผู้ให้รับบัพติศมาซึ่งเตรียมพระมรรคาให้กับพระเยซูองค์พระผู้เป็นเจ้าและโมเสสที่นำชนชาติอิสราเอลออกจากอียิปต์อยู่ในคนกลุ่มนี้

ประการที่สอง ภาชนะที่ "สูงส่ง" ได้แก่คนที่มีคุณสมบัติในเรื่องความซื่อตรง การพูดความจริง ความแน่วแน่ และความจงรักภักดีซึ่งเป็นคุณสมบัติที่หาพบได้ยากในคนทั่วไป โยเซฟและดาเนียล (ซึ่งทั้งสองคนมีตำแหน่งเป็นนายกรัฐมนตรีของประเทศมหาอำนาจและ

ถวายเกียรติยศแด่พระเจ้าอย่างมาก) อยู่ในคนกลุ่มนี

ประการสุดท้าย ภาชนะที "งดงาม" ต่อพระพักตร์พระเจ้าได้แก่คนทีมีจิตใจดีงามซึงไม่เคยทะเลาะวิวาทหรือโต้เถียงกับผู้ใดแต่ยอมรับทุกสิงและอดกลั้นต่อทุกอย่างด้วยความจริง นางเอสเธอร์ทีช่วยกู้ชนชาติของเธอและอับราฮัมทีพระเจ้าทรงเรียกว่า "มิตรสหาย" อยู่ในคนกลุ่มนี

"ภาชนะทีงดงามยิงกว่าเพชรพลอย" ได้แก่คนทีมีคุณสมบัติซึงพระเจ้าทรงถือว่ามีคุณค่า สูงส่ง และงดงาม เพชรพลอยทีซุกซ่อนอยู่ท่ามกลางกรวดหินเป็นสิงทีเราสังเกตเห็นได้ง่าย เราสามารถสังเกตเห็นได้ไม่ยากเช่นกันว่าคนของพระเจ้าคนใดทีงดงามยิงกว่าเพชรพลอย

คุณค่าของเพชรพลอยส่วนใหญ่อยู่ทีขนาด แต่แสงทีแวววับและสีอันเป็นเอกลักษณ์ของเพชรพลอยคือความงดงามทีดึงดูความสนใจของผู้คนให้เสาะหา แต่เราไม่ถือว่าก้อนหินทีแวววับทุกชนิดเป็นเพชรพลอย เพชรพลอยทีแท้จริงต้องมีเฉดสีและความรุ่งโรจน์รวมทั้งความแข็งแกร่งตามธรรมชาติอยู่ด้วย "ความแข็งแกร่งตามธรรมชาติ" ในทีนีหมายถึงความทนทานต่อความร้อน การไม่ถูกเจือปนจากสารชนิดอืนเมือปะปนอยู่กับสารเหล่านัน และการคงรูปโฉมของตนเอาไว้

ถ้ามีภาชนะทีแวววาว มีความแข็งแกร่งตามธรรมชาติ

และหายาก ภาชนะชนิดนี้จะมีคุณค่า สูงส่ง และงดงามมากเพียงใด พระเจ้าทรงต้องการให้บุตรของพระองค์เป็นภาชนะที่งดงามยิ่งกว่าเพชรพลอยและทรงปรารถนาที่จะนำคนเหล่านั้นไปสู่ชีวิตที่เต็มด้วยพระพร เมื่อพระเจ้าทรงค้นพบภาชนะชนิดนี้ พระองค์จะทรงเทเครื่องหมายแห่งความรักและความโปรดปรานมาเหนือภาชนะชนิดนี้อย่างบริบูรณ์

เราจะเป็นภาชนะที่งดงามยิ่งกว่าเพชรพลอยในสายพระเนตรของพระเจ้าได้อย่างไร

ประการแรก ท่านต้องรับการชำระให้บริสุทธิ์ในจิตใจของท่านด้วยพระคำของพระเจ้าซึ่งเป็นความจริง

เพื่อจะนำภาชนะไปใช้ตามวัตถุประสงค์ดั้งเดิม เหนือสิ่งอื่นใดภาชนะนั้นต้องสะอาด แม้ภาชนะทองคำจะมีราคาแพง แต่ถ้าภาชนะนั้นมีตำหนิและมีกลิ่นเหม็น ภาชนะชิ้นนั้นก็ไม่สามารถใช้การได้ ภาชนะราคาแพงชิ้นนี้จะถูกนำมาใช้ตามวัตถุประสงค์ดั้งเดิมได้ก็ต่อเมื่อภาชนะนี้ถูกล้างให้สะอาดแล้วเท่านั้น

หลักการนี้นี้ประยุกต์ใช้กับบุตรของพระเจ้าด้วยเช่นกัน พระเจ้าทรงเตรียมพระพรและของประทานมากมายเอาไว้ พระพรแห่งความมั่งคั่งและการมีสุขภาพดี ตลอดจนพระพรอีกหลายอย่างไว้ให้กับบุตรของพระองค์ เพื่อให้เราได้รับพระพรและของประทานเหล่านี้อั

นดับแรกเราต้องเตรียมตัวเราให้เป็นภาชนะที่สะอาด

เยเรมีย์ 17:9 บอกเราว่า "จิตใจก็เป็นตัวล่อลวงเหนือกว่าสิ่งใดทั้งหมด มันเสื่อมทรามอย่างร้ายทีเดียว ผู้ใดจะรู้จักใจนั้นเล่า" มัทธิว 15:18-19 บอกเราเช่นกันว่า "แต่สิ่งที่ออกจากปากก็ออกมาจากใจ สิ่งนั้นแหละทำให้มนุษย์เป็นมลทิน ความคิดชั่วร้าย การฆ่าคน การผิดผัวผิดเมีย การล่วงประเวณี การลักขโมย การเป็นพยานเท็จ การใส่ร้าย ก็ออกมาจากใจ" เพราะเหตุนี้ เราจะเป็นภาชนะที่สะอาดได้ก็ต่อเมื่อเราชำระจิตใจของเราให้สะอาด เมื่อภาชนะของเราสะอาดก็จะไม่มีใครในพวกเรา คิดสิ่งชั่วร้าย พูดสิ่งชั่วร้าย หรือทำสิ่งชั่วร้าย

จิตใจของเราจะได้รับการชำระให้สะอาดด้วยน้ำฝ่ายวิญญาณเท่านั้นซึ่งได้แก่พระคำของพระเจ้า เพราะเหตุนี้พระธรรมเอเฟซัส 5:26 จึงเรียกร้องให้เรา "ทำให้คริสตจักร (เรา) บริสุทธิ์โดยการทรงชำระ (เรา) ด้วยน้ำและพระวจนะ" และหนุนใจให้เราแต่ละคน "เข้าไปใกล้ด้วยความบริสุทธิ์ใจด้วยไว้ใจเต็มที่ มีใจที่ได้รับการทรงชำระให้สะอาดแล้วและมีกายที่ล้างชำระด้วยน้ำบริสุทธิ์" (ฮีบรู 10:22)

น้ำฝ่ายวิญญาณ—พระคำของพระเจ้า—จะชำระเราอย่างไร เราต้องเชื่อฟังคำสั่งต่าง ๆ ที่พบในหนังสือทั้ง 66 เล่มของพระคัมภีร์ซึ่งทำหน้าที่ "ชำระ" จิตใจของเรา

การเชื่อฟังคำสั่งต่าง ๆ เช่น คำว่า "อย่า" และคำว่า "จง" จะช่วยเราให้ขจัดความบาปและความชั่วร้ายทั้งสิ้นออกไปในที่สุด

ผู้คนที่ได้รับการชำระจิตใจด้วยพระคำของพระเจ้าจะมีการประพฤติที่เปลี่ยนแปลงและจะสำแดงความสว่างของพระคริสต์ด้วยเช่นกัน แต่การเชื่อฟังพระคำไม่ใช่สิ่งที่มนุษย์จะกระทำได้ด้วยกำลังและความตั้งใจของตนเอง พระวิญญาณบริสุทธิ์ต้องนำและช่วยเหลือเขา

เมื่อเราได้ยินและเข้าใจพระคำ เปิดจิตใจของเราออก และต้อนรับเอาพระเยซูเป็นพระผู้ช่วยให้รอด พระเจ้าจะประทานพระวิญญาณบริสุทธิ์เป็นของขวัญ พระวิญญาณบริสุทธิ์จะสถิตอยู่ในผู้คนที่ต้อนรับเอาพระเยซูเป็นพระผู้ช่วยให้รอดของตนและทรงช่วยเขาให้ได้ยินและเข้าใจพระคำแห่งความจริง พระคัมภีร์บอกเราว่า "ซึ่งบังเกิดจากเนื้อหนังก็เป็นเนื้อหนังและซึ่งบังเกิดจากพระวิญญาณก็เป็นวิญญาณ" (ยอห์น 3:6) บุตรของพระเจ้าที่ได้รับพระวิญญาณบริสุทธิ์จะสามารถกำจัดความบาปและความชั่วร้ายออกไปด้วยฤทธิ์อำนาจของพระวิญญาณบริสุทธิ์ทุกวันและจะเป็นบุคคลฝ่ายวิญญาณ

มีใครในพวกท่านบ้างหรือไม่ที่กำลังวิตกกังวลโดยคิดว่า "ฉันจะรักษาพระบัญญัติทุกข้อได้อย่างไร"

1 ยอห์น 5:2-3 เตือนเราว่า "โดยข้อนี้เราจึงรู้ว่าเรารักคนทั้งหล

ชายที่เป็นบุตรของพระเจ้าเมื่อเราทั้งหลายรักพระเจ้าและประพฤติตามพระบัญญัติของพระองค์ เพราะนี่แหละเป็นความรักต่อพระเจ้า คือที่เราทั้งหลายประพฤติตามพระบัญญัติของพระองค์และพระบัญญัติของพระองค์นั้นไม่เป็นภาระ" ถ้าท่านรักพระเจ้าจากส่วนลึกแห่งจิตใจของท่านการเชื่อฟังพระบัญญัติของพระองค์ไม่ใช่เรื่องยาก

เมื่อพ่อแม่ให้กำเนิดแก่ลูกของตนเขาจะเอาใจใส่ดูแลชีวิตทุกด้านของลูก เช่น การให้อาหาร การจัดหาเครื่องนุ่งห่ม และการอาบน้ำ เป็นต้น ในด้านหนึ่ง ถ้าพ่อแม่ต้องดูแลเด็กที่ไม่ใช่ลูกของตนเขาอาจรู้สึกว่าเป็นภาระ แต่ในอีกด้านหนึ่ง ถ้าเด็กที่พ่อแม่ดูแลเป็นลูกของตนเขาจะไม่รู้สึกว่าเป็นภาระ แม้เด็กจะตื่นขึ้นมาร้องไห้ในตอนเที่ยงคืนพ่อแม่ก็ไม่รู้สึกรำคาญเพราะความรักที่มีต่อลูกของตน การทำบางอย่างเพื่อคนที่เรารักจะทำให้เกิดความสุขและความชื่นชมยินดีและไม่ใช่เรื่องยุ่งยากหรือน่าฉุนเฉียว ในทำนองเดียวกัน ถ้าเรารักพระเจ้า (ผู้ทรงเป็นพระบิดาแห่งวิญญาณจิตของเรา ผู้ทรงยอมมอบพระบุตรองค์เดียวของพระองค์ให้ถูกตรึงบนกางเขนเพื่อเราเพราะความรักอันยิ่งใหญ่ของพระองค์ที่มีต่อเรา) อย่างแท้จริงทำไมเราจะทำเพื่อพระองค์ไม่ได้ ยิ่งกว่านั้น ถ้าเรารักพระเจ้าการดำเนินชีวิตตามพระคำของพระองค์จะไม่ใช่เรื่องยากลำบากสำหรับเราแต่สิ่งเหล่านี้จะกลายเป็นความยากลำบากและทรมานจิตใจถ้าเราไม่ได้รักพระเจ้า ดำเนินชีวิตตามพระคำของพระองค์หรือเชื่อฟังน้ำพระทัยของพระองค์

ข้าพเจ้าทนทุกข์ทรมานกับโรคร้ายนานาชนิดอยู่เจ็ดปีจนกระทั่งพี่สาวของข้าพเจ้านำข้าพเจ้าไปยังสถานนมัสการของพระเจ้า ข้าพเจ้าพบกับพระเจ้าผู้ทรงพระชนม์อยู่โดยผ่านการทำงานของไฟแห่งพระวิญญาณบริสุทธิ์และการรักษาโรคต่าง ๆ ในวินาทีที่ข้าพเจ้าคุกเข่าอยู่ในสถานนมัสการ สิ่งนั้นเกิดขึ้นในวันที่ 17 เมษายน 1974 นับจากนั้นเป็นต้นมาข้าพเจ้าเข้าร่วมในการประชุมนมัสการทุกประเภทด้วยความสำนึกในพระคุณของพระเจ้า ในเดือนพฤศจิกายนของปีนั้นข้าพเจ้าเข้าร่วมในการประชุมฟื้นฟูเป็นครั้งแรกและข้าพเจ้าเริ่มเรียนรู้พระคำของพระเจ้าซึ่งเป็นรากฐานสำคัญของชีวิตในพระคริสต์

"อ้า พระเจ้ามีลักษณะเช่นนี้เอง"

"เราต้องละทิ้งความบาปของทั้งสิ้นของเรา"

"นี่คือสิ่งที่เกิดขึ้นเมื่อเราเชื่อ"

"เราต้องเลิกสูบบุหรีและเลิกดื่มเหล้า"

"เราต้องอธิษฐานอย่างสม่ำเสมอ"

"การถวายสิบลดเป็นสิ่งที่เราต้องทำตามและเราไม่ควรมาหาพระเจ้าด้วยมือเปล่า"

ตลอดสัปดาห์ข้าพเจ้ารับเอาพระคำของพระเจ้าด้วยการเปล่งคำว่า "อาเมน" เพียงอย่างเดียวในจิตใจของข้าพเจ้า

หลังจากการประชุมฟื้นฟูครั้งนั้นข้าพเจ้าเลิกสูบบุหรีและเลิกดื่มเหล้าพร้อมกับเริ่มต้นถวายสิบลดและถวายขอบพระคุณ ข้าพเจ้าเริ่ม

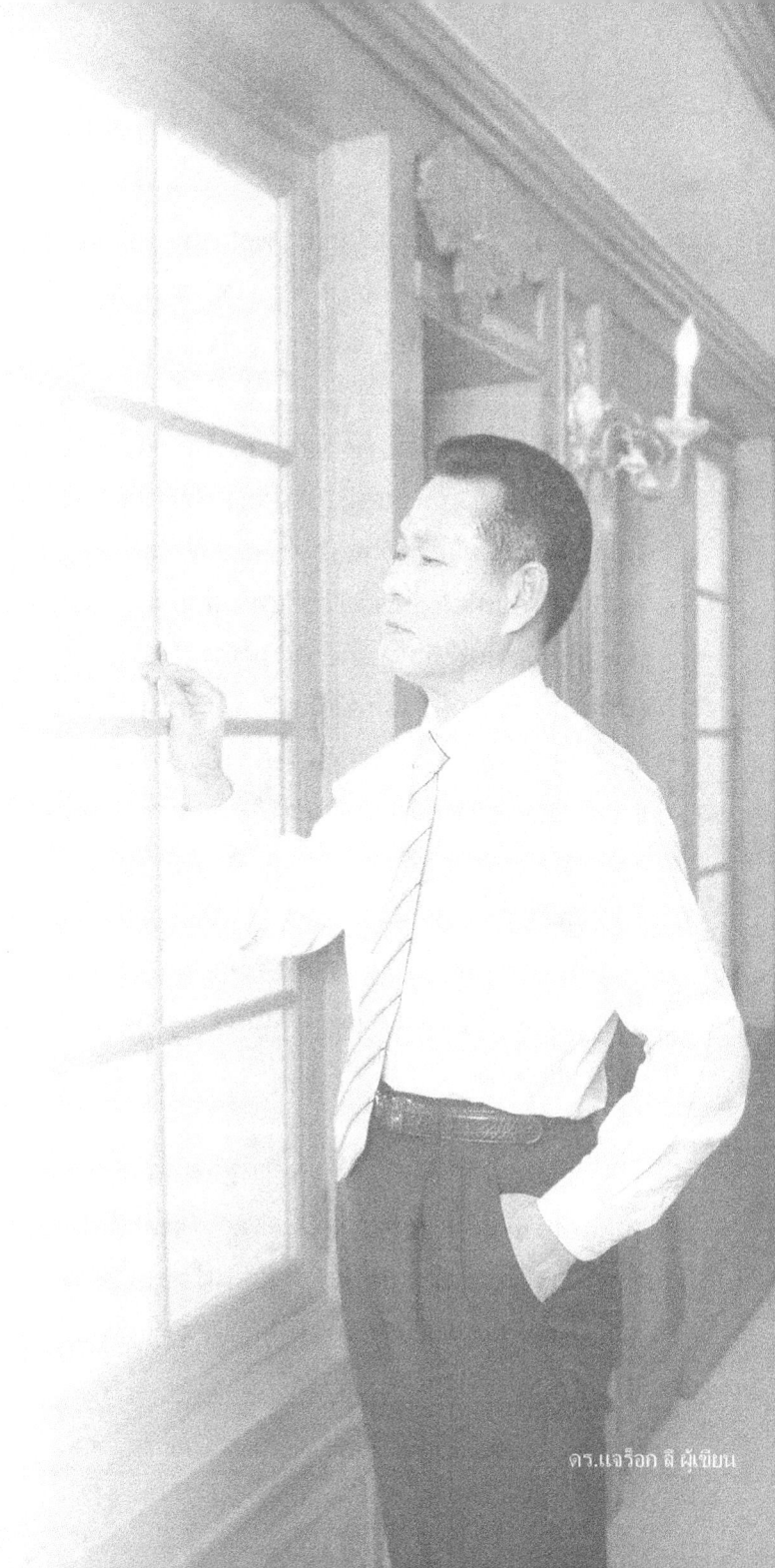

ดร.แจร็อก ลี ผู้เขียน

ต้นอธิษฐานตอนเช้าตรู่และค่อย ๆ พัฒนาตนเองไปสู่การเป็นบุคคลแห่งการอธิษฐานในเวลาต่อมา ข้าพเจ้าทำตามทุกสิ่งที่ตนได้เรียนรู้ และเริ่มอ่านพระคัมภีร์อย่างเอาจริงเอาจัง

ข้าพเจ้าได้รับการรักษาให้หายจากโรคภัยและความเจ็บไข้ต่าง ๆ ของข้าพเจ้าซึ่งเป็นโรคที่ไม่ทางรักษาให้หายด้วยมือของมนุษย์ แต่โรคเหล่านี้ได้รับการรักษาให้หายด้วยฤทธิ์อำนาจของพระเจ้าโดยฉับพลัน ด้วยเหตุนี้ ข้าพเจ้าจึงเชื่อพระคัมภีร์ทุกข้อและทุกบท เนื่องจากข้าพเจ้าเป็นผู้เชื่อใหม่ในเวลานั้นข้าพเจ้าจึงไม่สามารถเข้าใจบางส่วนของพระคัมภีร์ แต่คำสั่งใดที่ข้าพเจ้าเข้าใจข้าพเจ้าเริ่มเชื่อฟังทันที ยกตัวอย่าง เมื่อพระคัมภีร์ห้ามไม่ให้ข้าพเจ้าโกหก ข้าพเจ้าจะบอกตนเองว่า "การพูดโกหกเป็นบาป พระคัมภีร์ห้ามเราไม่ให้พูดโกหก เราจะไม่พูดโกหก" ข้าพเจ้าอธิษฐานเช่นกันว่า "ข้าแต่พระเจ้า ขอช่วยข้าพระองค์ให้เลิกพูดโกหกโดยไม่ตั้งใจ" ไม่ใช่ว่าข้าพเจ้ามีจิตใจชั่วร้ายที่คิดจะล่อลวงผู้อื่น แต่ก็อธิษฐานอย่างจริงจังเพื่อข้าพเจ้าจะเลิกพูดโกหกโดยไม่ตั้งใจด้วยเช่นกัน

หลายคนพูดโกหกและส่วนใหญ่คนเหล่านี้ไม่รู้ว่าตนพูดโกหก เมื่อคนที่ท่านไม่อยากพูดด้วยโทรศัพท์มาหาท่าน ท่านเคยบอกลูก ๆ หรือเพื่อนร่วมงาน หรือเพื่อนฝูงของท่านหรือไม่ว่า "บอกเขาว่าผมไม่อยู่" หลายคนโกหกเพราะ "เกรงใจ" คนอื่น เช่น

บางคนพูดโกหกเมื่อเจ้าของบ้านที่เขาไปเยี่ยมถามเขาว่า "กินอะไรมาแล้วยัง" แม้เขายังไม่ได้กิน แต่เพราะไม่อยากเป็นภาระให้กับเจ้าของบ้านคนเหล่านี้จึงตอบเจ้าของบ้านว่า "กินมาแล้วครับ" แต่หลังจากข้าพเจ้าเรียนรู้ว่าการโกหกด้วยเจตนาดีก็ยังถือว่าเป็นการโกหก ข้าพเจ้าจึงอธิษฐานอย่างต่อเนื่องเพื่อเลิกการโกหกประเภทนี้เสีย ในที่สุดข้าพเจ้าก็สามารถเลิกโกหกโดยไม่ตั้งใจได้

ยิ่งกว่านั้น ข้าพเจ้าจะเขียนรายชื่อของสิ่งต่าง ๆ ที่ชั่วร้ายและผิดบาปที่ข้าพเจ้าต้องละทิ้งพร้อมกับอธิษฐานเผื่อสิ่งเหล่านั้น ข้าพเจ้าจะขีดฆ่ารายชื่อของสิ่งที่ชั่วร้ายและผิดบาปนั้นออกไปด้วยปากกาแดงก็ต่อเมื่อข้าพเจ้ามั่นใจว่าข้าพเจ้าได้กำจัดนิสัยหรือการกระทำที่ชั่วร้ายและผิดบาปดังกล่าวทิ้งไปแล้วเท่านั้น ถ้ามีสิ่งที่ชั่วร้ายและผิดบาปซึ่งข้าพเจ้าไม่สามารถกำจัดทิ้งได้โดยง่ายแม้หลังจากการอธิษฐานอย่างมุ่งมั่น ข้าพเจ้าจะเริ่มต้นอดอาหารโดยไม่รีรอ ถ้าข้าพเจ้าไม่สามารถจัดการกับสิ่งนั้นหลังจากอดอาหารสามวัน ข้าพเจ้าจะขยายช่วงเวลาของการอดอาหารออกไปเป็นห้าวัน ถ้าข้าพเจ้ากลับไปทำบาปเดิมอีก ข้าพเจ้าจะเริ่มต้นอดอาหารใหม่เจ็ดวัน มีอยู่น้อยครั้งที่ข้าพเจ้าต้องอดอาหารเป็นเวลาหนึ่งสัปดาห์ หลังจากอดอาหารสามวันข้าพเจ้าก็สามารถกำจัดความบาปและความชั่วร้ายทิ้งไป ข้าพเจ้าจะเป็นภาชนะที่สะอาดมากขึ้นตราบใดที่ข้าพเจ้ากำจัดความชั่วร้ายออกไปโดยผ่านกระบวนการดังกล่าวซ้ำแล้วซ้ำ

อีก

สามปีหลังจากข้าพเจ้าพบกับองค์พระผู้เป็นเจ้า ข้าพเจ้าละทิ้งการกระทำทุกอย่างที่เห็นว่าเป็นการไม่เชื่อฟังพระคำของพระเจ้าและข้าพเจ้าเชื่อว่าตนเป็นภาชนะที่สะอาดในสายพระเนตรของพระองค์ นอกจากนั้น เมื่อข้าพเจ้ารักษาคำบัญชาของพระองค์ (ซึ่งได้แก่คำว่า "อย่า..." และคำว่า "จง...") อย่างเอาจริงเอาจังและอย่างสัตย์ซื่อ ไม่นานข้าพเจ้าก็สามารถดำเนินชีวิตด้วยพระคำของพระองค์ เมื่อข้าพเจ้าเปลี่ยนสภาพเป็นภาชนะที่สะอาดพระเจ้าทรงอวยพระพรข้าพเจ้าอย่างบริบูรณ์ ครอบครัวของข้าพเจ้าได้รับพระพรของการมีสุขภาพดี ข้าพเจ้าสามารถชำระหนี้สินทั้งหมดคืน ข้าพเจ้าได้รับทั้งพระพรฝ่ายร่างกายและพระพรฝ่ายวิญญาณ ที่เป็นเช่นนี้ก็เพราะพระคัมภีร์ให้ความมั่นใจกับเราว่า "ท่านที่รักทั้งหลาย ถ้าใจของเราไม่ได้กล่าวโทษเรา เราก็มีความมั่นใจที่จะเข้าเฝ้าพระเจ้า และเราขอสิ่งใด ๆ เราก็ได้สิ่งนั้น ๆ จากพระองค์เพราะเราประพฤติตามพระบัญญัติของพระองค์และปฏิบัติตามชอบพระทัยพระองค์" (1 ยอห์น 3:21-22)

ประการที่สอง เพื่อจะเป็นภาชนะที่งดงามยิ่งกว่าเพชรพลอยท่านต้อง "ถูกถลุงด้วยไฟ" และสำแดงความสว่างฝ่ายวิญญาณ

ครั้งหนึ่งเพชรเม็ดงามราคาแพงที่ฝังอยู่ตามแหวนและสร้อยคอเคยเป็นวัตถุสิ่งที่มีตำหนิ แต่เพชรพลอยเหล่านั้นถูกถลุงโดยช่างเจียระไนจนทอแสงอันเจิดจ้าและมีรูปทรงอันงดงาม

พระเจ้าทรงลงวินัยบุตรของพระองค์เหมือนช่างเจียระไนผู้เชียวชาญที่ตัดแต่ง ขัดเกลา และถลุงเพชรเหล่านี้ด้วยไฟพร้อมกับตกแต่งเพชรเหล่านี้ให้มีรูปโฉมเป็นเงางาม พระเจ้าทรงปรับปรุงบุตรของพระองค์ไม่ใช่เพราะบาปของเขา แต่เพื่อพระองค์จะทรงอวยพระพรบุตรเหล่านี้ในฝ่ายร่างกายและฝ่ายวิญญาณโดยผ่านการลงวินัยดังกล่าว ในสายตาของบุตรของพระเจ้าที่ไม่ได้ทำบาปหรือทำสิ่งที่ผิด การถูกลงวินัยเช่นนั้นอาจดูเหมือนว่าเขาต้องอดทนต่อความเจ็บปวดและความทุกข์ของการทดลอง แต่พระเจ้าทรงใช้กระบวนการนี้เพื่อฝึกฝนและปรับปรุงแก้ไขบุตรของพระองค์เพื่อเขาจะสำแดงสีสันและเงาสะท้อนที่งดงามมากยิ่งขึ้นให้ปรากฏ 1 เปโตร 2:19 เตือนเราว่า “เพราะว่าผู้ที่ได้รับความเห็นชอบว่าดีนั้นก็ต่อเมื่อเขาเห็นแก่พระเจ้าและยอมอดทนต่อความทุกข์ที่ไร้ความเป็นธรรม” พระคัมภีร์ยังบอกเราเช่นกันว่า “เพื่อการลองดูความเชื่อของท่านอันประเสริฐยิ่งกว่าทองคำซึ่งแม้เสียไปได้ก็ยังถูกลองด้วยไฟ จะได้เป็นเหตุให้เกิดความสรรเสริญเกิดศักดิ์ศรีและเกียรติในเวลาที่พระเยซูคริสต์จะเสด็จมาปรากฏ” (1 เปโตร 1:7)

แม้บุตรของพระเจ้าจะละทิ้งความชั่วร้ายทุกชนิดและกลายเป็นภาชนะที่สะอาด (ในเวลาที่พระเจ้าทรงเลือกสรร) แล้วก็ตาม แต่พระเจ้ายังทรงอนุญาตให้เขารับการปรับปรุงแก้ไขและถูกทดลองเพื่อคนเหล่านี้จะกลายเป็นภาชนะที่งดงามยิ่งกว่าเพชรพลอย เหมือนที่ 1 ยอห์น 1:5 บอกเราว่า “พระเจ้าทรงเป็นความสว่างและความมืดใน

พระองค์ไม่มีเลย” เพราะพระเจ้าทรงเป็นความสว่างที่เจิดจ้าโดยปราศจากตำหนิหรือจุดด่างพร้อย พระองค์จึงทรงต้องการทำให้บุตรของพระองค์ไปถึงความสว่างในระดับเดียวกัน

ด้วยเหตุนี้ เมื่อท่านเอาชนะการทดลองที่พระเจ้าทรงอนุญาตให้เกิดขึ้นด้วยความดีงามและความรัก ท่านจะกลายเป็นภาชนะที่งดงามและแวววาวมากยิ่งขึ้น ฤทธิ์อำนาจและสิทธิอำนาจฝ่ายวิญญาณจะแตกต่างกันออกไปตามความเจิดจ้าของความสว่างฝ่ายวิญญาณ นอกจากนั้น เมื่อความสว่างฝ่ายวิญญาณฉายแสงออกมา ผีมารซาตานก็ไม่สามารถยืนหยัดอยู่ได้

ในมาระโกบทที่ 9 เป็นภาพเหตุการณ์ที่พระเยซูทรงขับไล่วิญญาณชั่วออกจากเด็กชายคนหนึ่งซึ่งบิดาของเขาวิงวอนให้พระเยซูทรงรักษาบุตรชายของตน พระเยซูตรัสสำทับวิญญาณชั่วนั้นว่า “อ้ายผีใบ้หูหนวก เราสั่งเอ็งให้ออกจากเขา อย่าได้กลับเข้าสิงเขาอีกเลย” ผีโสโครกนั้นก็ออกมาจากเด็กและเด็กคนนั้นก็หายเป็นปกติ ก่อนหน้านี้บิดาคนนั้นพาบุตรชายของตนมาหาสาวกของพระเยซูซึ่งสาวกเหล่านั้นไม่สามารถขับผีออก ที่เป็นเช่นนี้ก็เพราะความสว่างฝ่ายวิญญาณของพวกสาวกและของพระเยซูอยู่ในระดับที่แตกต่างกัน

ถ้าเช่นนั้น เราต้องทำสิ่งใดเพื่อจะไปให้ถึงความสว่างฝ่ายวิญญา

ณในระดับเดียวกันกับพระเยซู เราต้องมีชัยชนะเหนือการทดลองด้วยการเชื่อในพระเจ้าอย่างเหนียวแน่น เอาชนะความชัวด้วยความดี และรักศัตรูของเรา ผลลัพธ์ก็คือเมือพระเจ้าทรงเห็นว่าความดีงาม ความรัก และความชอบธรรมของท่านเป็นของแท้ (เหมือนพระเยซู) ท่านจะสามารถขับไล่วิญญาณชัวพร้อมกับรักษาโรคและความเจ็บไข้ต่าง ๆ ให้หายได้เช่นกัน

พระพรสำหรับภาชนะที่งดงามยิ่งกว่าเพชรพลอย

ในขณะทีข้าพเจ้าดำเนินชีวิตอยู่บนเส้นทางแห่งความเชือตลอดหลายปีทีผ่านมาข้าพเจ้าต้องสู้ทนกับการทดลองจำนวนนับไม่ถ้วนเช่นกัน ยกตัวอย่าง เนืองจากข้อกล่าวหาของรายการโทรทัศน์รายการหนึงเมือสองสามปีก่อน ข้าพเจ้าต้องทนต่อการทดลองทีเจ็บปวดและทุกข์ทรมานพอ ๆ กับความตายเมือผู้คนทีเคยได้รับพระคุณผ่านทางข้าพเจ้ารวมทังคนอืน ๆ ทีข้าพเจ้าถือเป็นเพือนสนิทและเป็นผู้ใกล้ชิดเหมือนคนในครอบครัวรวมหัวกันทรยศหักหลังข้าพเจ้า

สำหรับคนทัวไป ข้าพเจ้ากลายเป็นเป้าหมายของความเข้าใจผิดและการถูกตำหนิในขณะทีสมาชิกคริสตจักรแมนมินหลายคนทนทุกข์และถูกข่มเหงอย่างไม่เป็นธรรม ถึงกระนัน สมาชิกคริสตจักรแมนมินและข้าพเจ้าก็สามารถเอาชนะการทดลองครังนันด้วยความ

ดีงาม เมือเรายอมมอบทุกสิงไว้กับพระเจ้าแล้วเราได้ทูลขอความรักและความเมตตาของพระเจ้าเพือยกโทษให้กับคนเหล่านัน

ยิงกว่านัน ข้าพเจ้าไม่ได้เกลียดชังหรือทอดทิงผู้คนทีออกไปร่วมกันก่อปัญหาให้กับคริสตจักรเลย ในท่ามกลางการทดลองทีแสนเจ็บปวด ข้าพเจ้าเชืออย่างเหนียวแน่นว่าพระเจ้าพระบิดาของข้าพเจ้าทรงรักข้าพเจ้า ข้าพเจ้าเผชิญหน้ากับผู้คนทีทำสิงชัวร้ายด้วยความดีงามและความรักเท่านัน นักเรียนได้รับการยกย่องชมเชยเพราะความดีและการทำงานหนักของเขาผ่านการทดสอบฉันใด เมือความเชือ ความดีงาม ความรัก และความชอบธรรมของข้าพเจ้าได้รับการยกย่องชมเชยจากพระเจ้า พระองค์ก็จะทรงอวยพรข้าพเจ้าให้สามารถกระทำการและสำแดงฤทธิ์อำนาจของพระองค์อย่างยิงใหญ่มากขึนด้วยฉันนัน

หลังจากการทดลอง พระเจ้าทรงเปิดประตูแห่งโอกาสให้ข้าพเจ้าสามารถทำพันธกิจโลกจนสำเร็จลุล่วง พระเจ้าทรงกระทำการเพือให้ผู้คนนับหมืน นับแสน และนับล้านเข้าร่วมในการประชุมเพือการประกาศทีข้าพเจ้าจัดขึนในต่างประเทศ พระเจ้าทรงสถิตอยู่กับข้าพเจ้าด้วยฤทธิ์อำนาจของพระองค์ทีอยู่เหนือสถานทีและกาลเวลา

ความสว่างฝ่ายวิญญาณทีพระเจ้าห้อมล้อมเราไว้สุกใสและงดงามยิงกว่าเพชรพลอยใด ๆ ของโลกนี พระเจ้าทรงถือว่าบรรดาบุตร

ของพระองค์ทีพระองค์ทรงห้อมล้อมเขาไว้ด้วยความสว่างฝ่ายวิญญาณเป็นภาชนะทีงดงามยิงกว่าเพชรพลอย

ด้วยเหตุนี ขอให้ท่านแต่ละคนได้รับการชำระให้บริสุทธิอย่างรวดเร็วและกลายเป็นภาชนะทีทอแสงความสว่างฝ่ายวิญญาณซึงผ่านการทดสอบและทดลอง ขอให้ท่านมีความงดงามยิงกว่าเพชรพลอยเพือท่านจะได้รับทุกสิงทีท่านทูลขอและมีชีวิตทีเป็นพระพร ข้าพเจ้าอธิษฐานในพระนามของพระเยซูคริสต์องค์พระผู้เป็นเจ้าของเรา...อาเมน

คำเทศนาตอนที่ 4
ความสว่าง

1 ยอห์น 1:5

นี่เป็นข้อความที่เราได้ยินจากพระองค์และบอกแก่ท่านทั้งหลาย คือว่าพระเจ้าทรงเป็นความสว่างและความมืดในพระองค์ไม่มีเลย

ความสว่างมีอยู่หลายชนิด ความสว่างแต่ละชนิดล้วนมีความสามารถอันน่าทึ่งอยู่ในตัวเอง เหนือสิ่งอื่นใด ความสว่างขับไล่ความมืด ให้ความอบอุ่น และทำลายเชื้อแบคทีเรียหรือเชื้อรา ความสว่างทำให้พืชดำรงชีวิตอยู่ได้ผ่านกระบวนการสร้างคาร์โบไฮเดรตโดยรวมตัวกับคาร์บอนไดออกไซด์และน้ำ

แต่มีความสว่างตามธรรมชาติที่เราสามารถมองเห็นด้วยตาเปล่าหรือสัมผัสได้และความสว่างฝ่ายวิญญาณที่เราไม่สามารถมองเห็นหรือสัมผัสได้ ความสว่างตามธรรมชาติมีความสามารถมากมายฉันใด ความสว่างฝ่ายวิญญาณก็มีความสามารถมากมายด้วยฉันนั้น เมื่อความสว่างส่องแสงออกมาในยามค่ำคืนความมืดก็หายไปทันที

ในทำนองเดียวกัน เมื่อความสว่างฝ่ายวิญญาณส่องเข้ามาในชีวิตของเรา ความมืดฝ่ายวิญญาณจะหายไปเมื่อเราเดินอยู่ในความรักและความเมตตาของพระเจ้า เพราะความมืดฝ่ายวิญญาณเป็นรากเหง้าของความเจ็บป่วยและปัญหาต่าง ๆ ในบ้าน ที่ทำงาน และในความสัมพันธ์ เราจึงไม่อาจพบการเล้าโลมอย่างแท้จริงได้ แต่เมื่อความสว่างฝ่ายวิญญาณส่องเข้ามาในชีวิตของเรา ปัญหาต่าง ๆ ที่อยู่เหนือข้อจำกัดของความรู้และทักษะของมนุษย์จะได้รับการแก้ไขและความปรารถนาของเราจะได้รับการตอบสนอง

ความสว่างฝ่ายวิญญาณ

ความสว่างฝ่ายวิญญาณคืออะไรและความสว่างนี้ทำหน้าที่อย่างไร 1 ยอห์น 1:5 กล่าวว่า "คือว่าพระเจ้าทรงเป็นความสว่างและความมืดในพระองค์ไม่มีเลย" และยอห์น 1:1 ระบุว่า "พระวาทะทรงเป็นพระเจ้า" โดยสรุป "ความสว่าง" ไม่ได้หมายถึงเฉพาะพระเจ้าแต่ผู้เดียว แต่ยังหมายถึงพระคำของพระองค์ซึ่งเป็นความจริง ความดีงาม และความรักด้วยเช่นกัน

ก่อนการทรงสร้างสรรพสิ่ง พระเจ้าทรงดำรงอยู่ในจักรวาลอันกว้างใหญ่ไพศาลโดยลำพังและไม่ปรากฏพระองค์เองในสภาพใด พระเจ้าทรงอยู่ในจักรวาลในฐานะของความสว่างและพระสุรเสียง ความสว่างอันเจิดจ้า สดใส และงดงามห้อมล้อมจักรวาลทั้งสิ้นเอาไว้พร้อมกับมีพระสุรเสียงที่คมชัดและก้องกังวานดังออกมาจากความสว่างนั้น

พระเจ้าผู้ทรงดำรงอยู่ในฐานะความสว่างและพระสุรเสียงทรงจัดเตรียมแผนการในการฝึดร่อนมนุษย์เพื่อพระองค์จะมีบุตรที่แท้จริง จากนั้นพระเจ้าทรงปรากฏพระองค์ในสภาพขององค์ตรีเอกานุภาพและทรงสร้างมนุษย์ขึ้นตามพระฉายาของพระองค์ แต่พระลักษณะที่สำคัญของพระเจ้าคือความสว่างและพระสุรเสียงและพระองค์ยังทรงกระทำการด้วยความสว่างและพระสุรเสียงอย่างต่อเนื่อง แม้พระองค์ทรงรับสภาพเป็นมนุษย์ แต่ความสว่างและพระสุรเสียง

แห่งฤทธิ์อำนาจที่ไม่จำกัดของพระองค์ยังคงสภาพอยู่

นอกจากจะมีฤทธิ์อำนาจของพระเจ้าอยู่ในความสว่างฝ่ายวิญญาณแล้วยังมีความจริง ความรัก และความดีงามอยู่ในความสว่างฝ่ายวิญญาณนี้ด้วยเช่นกัน หนังสือพระคัมภีร์ทั้ง 66 เล่มเป็นการรวบรวมเรื่องราวแห่งความจริงเกี่ยวกับความสว่างฝ่ายวิญญาณซึ่งพระเจ้าตรัสไว้ด้วยพระสุรเสียง กล่าวคือ "ความสว่าง" หมายถึงคำสั่งทั้งสิ้นและพระคัมภีร์ข้อต่าง ๆ ที่กล่าวถึงความดีงาม ความชอบธรรม และความรักซึ่งรวมถึงคำสั่งที่ว่า "จงรักซึ่งกันและกัน" "จงอธิษฐานอยู่เสมอ" "จงรักษาวันสะบาโต" และ "จงเชื่อฟังพระบัญญัติสิบประการ" เหล่านี้เป็นต้น

เดินในความสว่างเพื่อพบกับพระเจ้า

ในขณะที่พระเจ้าทรงครอบครองโลกแห่งความสว่าง ผีมารซาตานก็กำลังครอบครองโลกแห่งความมืด ยิ่งกว่านั้น เนื่องจากผีมารซาตานต่อสู้กับพระเจ้าผู้คนที่อยู่ในโลกแห่งความมืดจึงไม่สามารถพบพระเจ้าได้ ด้วยเหตุนี้ ท่านต้องออกมาจากโลกแห่งความมืดทันที และเข้าไปสู่โลกแห่งความสว่างเพื่อท่านจะพบกับพระเจ้าและปัญหาต่าง ๆ ในชีวิตของท่านจะได้รับการแก้ไขพร้อมกับรับเอาคำตอบจากพระองค์

ในพระคัมภีร์เราพบคำสั่งอยู่จำนวนมากที่เริ่มต้นด้วยคำว่า "จง"

เช่น "จงรักซึงกันและกัน" "จงรับใช้ซึงกันและกัน" "จงอธิษฐาน" "จงขอบพระคุณ" "จงรักษาวันสะบาโต" "จงรักษาพระบัญญัติสิบประการ" "จงรักษาธรรมบัญญัติของพระเจ้า" "จงละทิงความชั่วทุกชนิด" "จงละทิงความอิจฉาริษยา" และ "จงละทิงความโลภ" เป็นต้น นอกจากนั้น เรายังพบคำว่า "อย่า" อยู่หลายแห่งในพระคัมภีร์เช่นกัน เช่น "อย่ามุสา" "อย่าเกลียดชัง" "อย่าแสวงหาผลประโยชน์ของตนเอง" "อย่ากราบไหว้รูปเคารพ" "อย่าขโมย" "อย่าอิจฉาริษยากัน" และ "อย่านินทาว่าร้ายซึงกันและกัน" เป็นต้น

ในด้านหนึง การเชือฟังคำสังเหล่านีของพระเจ้าคือการดำเนินชีวิตอยู่ในความสว่าง การเลียนแบบองค์พระผู้เป็นเจ้า และการเป็นเหมือนพระเจ้าพระบิดา แต่ในอีกด้านหนึง ถ้าท่านไม่ทำในสิงทีพระเจ้าทรงกำชับให้ทำ ถ้าท่านไม่ได้รักษาสิงทีพระเจ้าทรงบัญชาให้ท่านรักษา ถ้าท่านทำในสิงทีพระเจ้าทรงห้ามไม่ให้ทำ และถ้าท่านไม่ได้ละทิงในสิงทีพระเจ้าทรงสังให้ละทิง ท่านก็ยังคงอยู่ในความมืดต่อไป ด้วยเหตุนี เราต้องดำเนินชีวิตด้วยพระคำของพระเจ้าและเดินอยู่ในความสว่างอยู่เสมอโดยจดจำไว้ว่า การไม่เชือฟังพระคำของพระเจ้าหมายความว่าเรายังอยู่ในโลกแห่งความมืดทีถูกควบคุมโดยผีมารซาตาน

สามัคคีธรรมกับพระเจ้าเมื่อเราเดินในความสว่าง

เราจะพูดได้เรามีสามัคคีธรรมกับพระเจ้าก็ต่อเมื่อเราเดินและอยู่ในความสว่างเท่านั้นเหมือนที่ 1 ยอห์น 1:7 กล่าวว่า "แต่ถ้าเราดำเนินอยู่ในความสว่างเหมือนอย่างพระองค์ทรงสถิตอยู่ในความสว่าง เราก็ร่วมสามัคคีธรรมซึ่งกันและกัน"

บิดาและบุตรของตนมีสามัคคีธรรมระหว่างกันฉันใด เราต้องมีสามัคคีธรรมกับพระเจ้าพระบิดาแห่งวิญญาณจิตของเราด้วยฉันนั้น แต่การที่เราจะมีสามัคคีธรรมกับพระองค์ได้นั้นเราต้องมีคุณสมบัติตามข้อนี้ นั่นคือ เราต้องละทิ้งความบาปด้วยการเดินอยู่ในความสว่าง เพราะเหตุนี้ 1 ยอห์น 1:6 จึงบอกเราว่า "ถ้าเราจะว่าเราร่วมสามัคคีธรรมกับพระองค์และยังดำเนินอยู่ในความมืดเราก็พูดมุสาและไม่ได้ดำเนินชีวิตตามความจริง"

"การสามัคคีธรรม" เป็นเรื่องของคนสองฝ่าย เพียงเพราะท่านรู้จักใครบางคนไม่ได้หมายความว่าท่านมีสามัคคีธรรมกับบุคคลนั้น "การสามัคคีธรรม" ระหว่างบุคคลทั้งสองฝ่ายจะเกิดขึ้นได้ก็ต่อเมื่อทั้งสองคนใกล้ชิดกันมากพอจนรู้จัก ไว้วางใจ พึ่งพา และสนทนากันเท่านั้น

ยกตัวอย่าง ท่านส่วนใหญ่รู้จักกษัตริย์หรือประธานาธิบดีของประเทศท่าน แต่ไม่ว่าท่านจะรู้จักหรือรู้เกี่ยวกับผู้นำประเทศของท่านดีเพียงใดก็ตาม ถ้าผู้นำประเทศของท่านไม่รู้จักท่านการสามัคคีธรรม

ระหว่างท่านกับผู้นำประเทศก็จะไม่เกิดขึ้น ยิ่งกว่านั้น การสามัคคีธรรมมีความลึกซึ้งแตกต่างกัน ท่านสองคนอาจเป็นเพียงคนรู้จักกันธรรมดา หรือท่านสองคนอาจใกล้ชิดกันมากขึ้นเล็กน้อยจนสามารถไถ่ถามทุกข์สุขของกันและกันได้ในบางโอกาส หรือท่านสองคนอาจมีความสัมพันธ์ใกล้ชิดสนิทสนมกันมากจนท่านกล้าแบ่งปันความลับสุดยอดของตน

การสามัคคีธรรมกับพระเจ้าก็เหมือนกัน เพื่อให้ความสัมพันธ์ของเรากับพระเจ้าเป็นการสามัคคีธรรมที่แท้จริงพระเจ้าต้องรู้จักและยอมรับเรา ถ้าเรามีสามัคคีธรรมอย่างลึกซึ้งกับพระเจ้าเราจะไม่เจ็บป่วยหรืออ่อนแอและเราจะได้รับคำตอบในทุกเรื่อง พระเจ้าทรงต้องการมอบสิ่งที่ดีที่สุดเท่านั้นให้กับบุตรของพระองค์และตรัสกับเราในเฉลยธรรมบัญญัติบทที่ 28 ว่าเมื่อเราเชื่อฟังพระเจ้าอย่างครบถ้วนและทำตามพระบัญญัติของพระองค์อย่างระมัดระวัง เราจะได้รับพระพรเมื่อเราเข้าและออก เราจะเป็นผู้ให้ยืมไม่ใช่ผู้ขอยืมและเราจะเป็นหัวไม่ใช่เป็นหาง

บิดาแห่งความเชื่อผู้มีสามัคคีธรรมที่แท้จริงกับพระเจ้า

ดาวิดผู้ที่พระเจ้าทรงถือว่า "เป็นคนที่เราชอบใจ" (กิจการ 13:22) มีสามัคคีธรรมชนิดใดกับพระเจ้า ดาววิดรัก ยำเกรงและพึ่งพิงพระเจ้าตลอดเวลา เมื่อท่านหลบหนีการไล่ล่าของซาอูลห

รือออกทำสงคราม ดาวิดทูลถามพระเจ้าตลอดเวลาว่า "ข้าพระองค์ควรไปหรือไม่ ข้าพระองค์ควรไปที่ใด" (เหมือนลูกทีถามพ่อแม่ของตนว่าเขาควรทำสิ่งใด) และท่านกระทำตามสิงทีพระเจ้าทรงบัญชาทุกอย่าง ยิงกว่านัน พระเจ้าทรงมอบคำตอบทีนิมนวลและละเอียดชัดเจนให้กับดาวิดเสมอและเมือดาวิดกระทำตามทีพระเจ้าทรงบัญชาท่านดาวิดก็ได้รับชัยชนะในการต่อสู้ครังแล้วครังเล่า (2 ซามูเอล 5:19-25)

ดาวิดสามารถชืนชมกับความสัมพันธ์อันงดงามกับพระเจ้าเพราะท่านเป็นทีพอพระทัยพระเจ้าด้วยความเชือของตน ยกตัวอย่างในช่วงแรกของการปกครองของกษัตริย์ซาอูล กองทัพฟีลิสเตียยกทัพมาทำสงครามกับอิสราเอลภายใต้การนำของโกลิอัทซึงท้าทายกองทัพของอิสราเอลและหมินประมาทพระนามของพระเจ้า แต่ไม่มีใครในค่ายของอิสราเอลกล้ารับคำท้าทายของโกลิอัท ในเวลานัน แม้ท่านยังเป็นเด็กหนุ่มแต่ดาวิดก็กล้าเผชิญหน้ากับโกลิอัทโดยปราศจากอาวุธ ท่านมีเพียงก้อนหินเกลียงจากลำธารห้าก้อนเพราะท่านเชือในพระเจ้าผู้ทรงฤทธานุภาพของอิสราเอลและการต่อสู้เป็นของพระเจ้า (1 ซามูเอล 17) พระเจ้าทรงกระทำการเพือให้ก้อนหินของดาวิดจมเข้าไปในหน้าผากของโกลิอัท หลังจากการตายของโกลิอัท คนอิสราเอลเป็นต่อในการสู้รบและได้รับชัยชนะอย่างงดงามในการต่อสู้

เนืองจากความเชือของท่านพระเจ้าจึงทรงเห็นว่าดาวิด

“เป็นคนทีเราชอบใจ” และดาวิดสามารถประสบความสำเร็จในทุกสิงที่ท่านทำโดยมีพระเจ้าอยู่เคียงข้างท่าน ดาวิดปรึกษาหารือกับพระเจ้าในทุก ๆ เรื่องอย่างสนิทสนมเหมือนบิดากับบุตรทีมีความสัมพันธ์กันอย่างใกล้ชิด

พระคัมภีร์บอกเราเช่นกันว่าพระเจ้าตรัสกับโมเสสหน้าต่อหน้า ยกตัวอย่าง เมือโมเสสกล้าทูลขอให้พระเจ้าทรงสำแดงพระพักตร์ของพระองค์ให้ปรากฏกับท่าน พระเจ้าทรงพร้อมทีจะให้ทุกสิงทีโมเสสทูลขอ (อพยพ 33:18) โมเสสมีความสัมพันธ์อย่างใกล้ชิดกับพระเจ้าได้อย่างไร

หลังจากโมเสสนำชนชาติอิสราเอลออกจากอียิปต์ได้ไม่นาน ท่านอดอาหารและสนทนากับพระเจ้าเป็นเวลาถึง 40 วันบนยอดเขาซีนาย เมือโมเสสกลับลงมาล่าช้าประชาชนอิสราเอลจึงสร้างรูปเคารพให้กับตนกราบไหว้ เมือทอดพระเนตรเห็นพระเจ้าจึงตรัสกับโมเสสว่าพระองค์จะทรงทำลายชนชาติอิสราเอลและจะทรงกระทำให้โมเสส “เป็นประชาชาติใหญ่” (อพยพ 32:10)

ฝ่ายโมเสสก็ทูลวิงวอนกับพระเจ้าว่า “ขอพระองค์ทรงหันกลับเสียจากความพิโรธอันแรงกล้าของพระองค์และทรงกลับพระทัยอย่าทำอันตรายแก่ประชากรของพระองค์เอง” (อพยพ 32:12b) ในวันต่อมาท่านทูลวิงวอนกับพระเจ้าอีกว่า “โอพระเจ้าข้าประชากรนีทำบาปอันใหญ่ยิง เขาทำพระด้วยทองคำสำหรับตัวเอง แต่บัดนีขอพระองค์ทรงโปรดยกโทษบาปของเขาถ้าหาไม่ขอพระอ

งค์ทรงลบชือของข้าพระองค์เสียจากทะเบียนทีพระองค์ทรงจดไว้” (อพยพ 32:31-32) นีเป็นคำอธิษฐานแห่งความรักทีน่าประหลาดและจริงจังมากทีเดียว

นอกจากนี เราพบในกันดารวิถี 12:3 ว่า “โมเสสเป็นคนถ่อมใจมากยิงกว่าคนทั้งปวงทีพืนแผ่นดิน” กันดารวิถี 12:7 กล่าวว่า “สำหรับโมเสสผู้รับใช้ของเราก็ไม่เป็นเช่นนั้นในประชาชนของเราเขาสัตย์ซือ” โมเสสเป็นคนทีสัตย์ซือต่อทุกสิงในชุมชนของพระเจ้าและชืนชมกับการสามัคคีธรรมอย่างใกล้ชิดกับพระองค์ด้วยความรักอันยิงใหญ่และด้วยจิตใจทีถ่อมสุภาพของท่าน

พระพรสำหรับผู้คนที่เดินในความสว่าง

พระเยซูผู้ทรงเข้ามาในโลกนีในฐานะความสว่างของโลกทรงสังสอนเฉพาะความจริงและพระกิตติคุณแห่งแผ่นดินสวรรค์ แต่ผู้คนทีอยู่ในความมืดซึงเป็นพรรคพวกของผีมารซาตานไม่เข้าใจความสว่างแม้เมื่อมีการอธิบายถึงความสว่างนั้นก็ตามในการต่อสู้ขัดขวางของเขา ผู้คนทีอยู่ในโลกแห่งความมืดไม่อาจยอมรับความสว่างหรือรับเอาความรอด แต่คนเหล่านีกลับมุ่งหน้าไปสู่หนทางแห่งความพินาศ

ผู้คนทีมีจิตใจดีงามจะมองเห็นถึงความบาปของตนพร้อมกับกลับใจจากบาปเหล่านั้นและไปถึงความรอดโดยความสว่างแห่งความ

จริง เพราะคนเหล่านี้ทำตามความปรารถนาของพระวิญญาณบริสุทธิ์เขาจึงให้กำเนิดกับวิญญาณจิตของตนเป็นประจำทุกวันและเดินอยู่ในความสว่าง การขาดสติปัญญาหรือความสามารถของคนเหล่านี้จึงไม่ใช่ปัญหาอีกต่อไป เขาจะมีความสัมพันธ์สนิทกับพระเจ้าผู้ทรงเป็นความสว่างพร้อมกับรับเอาพระสุรเสียงและการชี้นำของพระวิญญาณบริสุทธิ์ จากนั้นทุกสิ่งที่เขาทำก็จะจำเริญรุ่งเรืองขึ้นและเขาจะได้รับสติปัญญาจากสวรรค์ แม้คนเหล่านี้จะมีปัญหายุ่งเหยิงเหมือนใยแมงมุม แต่ไม่มีสิ่งใดจะยับยั้งเขาจากการแก้ไขปัญหาเหล่านั้นไม่มีอุปสรรคใดจะขัดขวางทางเดินของเขาได้เพราะพระวิญญาณบริสุทธิ์ทรงสั่งสอนเขาเป็นส่วนตัวในทุกก้าวย่าง

เราต้องรู้ว่าสติปัญญาของโลกเป็นสิ่งที่โง่เขลาต่อพระพักตร์พระเจ้า เหมือนดังที่ 1 โครินธ์ 3:18 กล่าวว่า "อย่าให้ผู้ใดหลอกลวงตัวเอง ถ้าผู้ใดในพวกท่านคิดว่าตัวเป็นคนมีปัญญาตามหลักของยุคนี้ จงให้ผู้นั้นยอมเป็นคนโง่จึงจะเป็นคนมีปัญญาได้"

ยิ่งกว่านั้น เหมือนที่ยากอบ 3:17 บอกเราว่า "แต่ปัญญาจากเบื้องบนนั้นบริสุทธิ์เป็นประการแรกแล้วจึงเป็นความสงบสุข สุภาพและว่าง่าย เปี่ยมด้วยความเมตตาและผลที่ดี ไม่ลำเอียง ไม่หน้าซื่อใจคด" เมื่อเราได้รับการชำระให้บริสุทธิ์และเข้าไปสู่ความสว่าง สติปัญญาจากสวรรค์จะลงมาเหนือเรา เมื่อเราเดินอยู่ในความสว่างเราจะบรรลุถึงจุดที่เราสามารถมีความสุขได้แม้เราจะขาดแค

ลนสิ่งต่าง ๆ และเราจะไม่รู้สึกว่าเราขาดแคลนสิ่งหนึ่งสิ่งใดแม้ว่าในความเป็นจริงเราจะขาดแคลนสิ่งนั้นก็ตาม

อัครทูตเปาโลกล่าวไว้ในฟีลิปปี 4:11 ว่า "ข้าพเจ้าไม่ได้บ่นถึงเรื่องความขัดสนเพราะข้าพเจ้าจะมีฐานะอย่างไรก็ตามข้าพเจ้าก็เรียนรู้แล้วที่จะพอใจอยู่อย่างนั้น" ในทำนองเดียวกัน ถ้าเราเดินอยู่ในความสว่างเราจะมีสันติสุขของพระเจ้าซึ่งสันติสุขและความชื่นชมยินดีนั้นจะหลั่งไหลออกมาจากภายในเรา ผู้คนที่อยู่อย่างสงบกับคนอื่นจะไม่ทะเลาะวิวาทหรือเป็นศัตรูกับครอบครัวของคนอื่น ตรงกันข้ามเมื่อความรักและพระคุณไหลล้นออกมาจากจิตใจของเขา คำขอบพระคุณก็จะไม่มีวันหมดสิ้นไปจากริมฝีปากของเขา

นอกจากนี้ เมื่อเราเดินอยู่ในความสว่างและเป็นเหมือนพระเจ้ามากที่สุดเท่าที่เราจะทำได้ (เหมือนที่พระองค์ตรัสกับเราใน 3 ยอห์น 1:2 ว่า "ท่านที่รัก ข้าพเจ้าอธิษฐานขอให้ท่านมีพลานามัยสมบูรณ์และเจริญสุขทุกประการอย่างจิตวิญญาณของท่านจำเริญอยู่นั้น") ท่านจะได้รับไม่เพียงแต่พระพรแห่งความมั่งคั่งในทุกสิ่งเท่านั้น แต่ท่านจะได้รับสิทธิอำนาจ ความสามารถ และฤทธิ์อำนาจของพระเจ้าผู้ทรงเป็นความสว่างด้วยเช่นกัน

หลังจากเปาโลพบกับองค์พระผู้เป็นเจ้าและเดินอยู่ในความสว่าง พระเจ้าทรงช่วยท่านให้สามารถสำแดงถึงฤทธิ์อำนาจอันอัศจรรย์ในฐานะอัครทูตไปยังคนต่างชาติ แม้สเทเฟนหรือฟีลิปไม่ใช่ผู้เผยพระวจนะหรือหนึ่งในเหล่าสาวกของพระเยซู แต่พระเจ้ายังทรงกระทำก

ารผ่านบุคคลทั้งสองนี้อย่างยิ่งใหญ่ กิจการ 6:8 บอกเราว่า "ฝ่ายวิญญาณสเทเฟนประกอบด้วยพระคุณและฤทธิ์เดชจึงทำการมหัศจรรย์และทำการเป็นนิมิตใหญ่ท่ามกลางประชากร" กิจการ 8:6-7 บอกเราเช่นกันว่า "ประชาชนก็พร้อมใจกันฟังถ้อยคำที่ฟีลิปได้ประกาศเพราะเขาได้ยินท่านพูดและได้เห็นหมายสำคัญซึ่งท่านได้กระทำนั้น ด้วยว่าผีโสโครกที่สิงอยู่ในคนหลายคนได้พากันร้องด้วยเสียงดังแล้วออกมาจากคนเหล่านั้นและคนที่เป็นโรคอัมพาตกับคนง่อยก็หายเป็นปกติ"

บุคคลสามารถสำแดงถึงฤทธิ์อำนาจของพระเจ้าตามขนาดของการชำระให้บริสุทธิ์ของเขาด้วยการเดินอยู่ในความสว่างและการเป็นเหมือนองค์พระผู้เป็นเจ้า มีผู้คนเพียงไม่กี่คนที่สามารถสำแดงถึงฤทธิ์อำนาจของพระเจ้าได้ ถึงกระนั้น ฤทธิ์อำนาจของพระเจ้าที่สำแดงออกมาก็มีขนาดที่แตกต่างกันแม้แต่ในท่ามกลางผู้คนที่สามารถสำแดงฤทธิ์อำนาจดังกล่าวทั้งนี้ขึ้นอยู่กับว่าแต่ละคนเป็นเหมือนพระเจ้าผู้ทรงเป็นความสว่างมากน้อยเพียงใด

เรากำลังดำเนินชีวิตอยู่ในความสว่างหรือไม่

เพื่อจะรับพระพรที่พระเจ้าทรงมอบให้กับผู้คนที่เดินอยู่ในความสว่าง อันดับแรกเราแต่ละคนต้องถามและสำรวจตนเองว่า "เรากำลังดำเนินชีวิตอยู่ในความสว่างหรือไม่"

แม้ท่านจะไม่มีปัญหาหนึ่งปัญหาใดโดยเฉพาะ แต่ท่านควรสำรวจตนเองเพื่อดูว่าท่านดำเนินชีวิตในพระคริสต์แบบ "อุ่น ๆ" หรือไม่ หรือชีวิตของท่านได้ยินพระสุรเสียงและถูกควบคุมโดยพระวิญญาณบริสุทธิ์หรือไม่ ถ้าไม่ ท่านต้องตื่นขึ้นจากความหลับใหลฝ่ายวิญญาณ

ถ้าท่านได้ละทิ้งความชั่วในระดับหนึ่งแล้วท่านไม่ควรรู้สึกพอใจ ท่านต้องบรรลุถึงความเชื่อของบิดาเหมือนเด็กที่เจริญเติบโตสู่ความเป็นผู้ใหญ่ ท่านต้องมีความสัมพันธ์สนิทกับพระเจ้าอย่างลึกซึ้งและมีสามัคคีธรรมอย่างใกล้ชิดกับพระองค์

ถ้าท่านกำลังมุ่งหน้าไปสู่การชำระให้บริสุทธิ์ท่านต้องตรวจสอบความชั่วร้ายเล็ก ๆ น้อย ๆ ที่ยังหลงเหลืออยู่และถอนรากถอนโคนสิ่งเหล่านั้นออกไป ยิ่งท่านมีสิทธิอำนาจมากขึ้นและมีความเจริญก้าวหน้ามากขึ้น ท่านยิ่งต้องรับใช้มากขึ้นและแสวงหาผลประโยชน์ของผู้อื่นก่อนเสมอ เมื่อคนอื่น (ซึ่งรวมถึงผู้คนที่ด้อยกว่าท่าน) ชี้ให้เห็นถึงความผิดของตน ท่านต้องรับฟังคนเหล่านั้น แทนที่จะรู้สึกขุ่นเคืองใจหรือไม่สบายใจและบาดหมางใจกับคนที่หลงหายและทำความชั่ว ท่านต้องอดกลั้นและจัดการกับความรู้สึกเหล่านั้นอย่างจริงจัง ท่านต้องไม่ลดคุณค่าหรือดูถูกผู้หนึ่งผู้ใด ท่านไม่ควรมองข้ามคนอื่นโดยใช้ความชอบธรรมของตนเองหรือทำลายความสงบสุข

ข้าพเจ้าได้สำแดงและมอบความรักมากขึ้นกับผู้คนที่เด็กกว่า

ยากจนกว่า และอ่อนแอกว่า ข้าพเจ้าอธิษฐานเผื่อผู้คนที่อยู่ในสถานการณ์เช่นนั้นมากยิ่งขึ้นเหมือนพ่อแม่ที่หวงใยลูกที่ร่างกายอ่อนแอและเจ็บป่วยมากกว่าลูกที่มีสุขภาพดี ข้าพเจ้าไม่เคยมองข้ามคนเหล่านั้นแม้แต่ครั้งเดียวและพยายามรับใช้เขาด้วยหัวใจของข้าพเจ้า ผู้คนที่เดินอยู่ในความสว่างต้องมีความเมตตาแม้กระทั่งต่อผู้คนที่ทำผิดอย่างร้ายแรงและต้องสามารถยกโทษให้กับคนเหล่านั้นพร้อมกับปกปิดข้อผิดพลาดของเขาแทนที่จะเปิดโปงความผิดเหล่านั้น

แม้แต่ในการทำงานของพระเจ้า ท่านต้องไม่ยกย่องหรือเปิดเผยความดีงามหรือความสำเร็จของตน แต่จงยอมรับและให้เกียรติผู้คนที่ทำงานร่วมกับท่าน เมื่อความพยายามของคนเหล่านั้นเป็นที่ยอมรับและได้รับการยกย่อง ท่านควรมีความสุขและความชื่นชมยินดีมากขึ้น

ลองคิดดูซิว่าพระเจ้าจะทรงรักบุตรของพระองค์ที่มีจิตใจเหมือนพระทัยขององค์พระผู้เป็นเจ้ามากเพียงใด พระเจ้าจะทรงดำเนินไปกับบุตรของพระองค์ที่มีลักษณะเหมือนพระองค์เหมือนดังที่พระองค์เคยดำเนินไปกับเอโนคเป็นเวลาถึง 300 ปี ยิ่งกว่านั้น พระองค์จะไม่เพียงแต่ประทานพระพรของการมีสุขภาพดีและทรงบันดาลให้ทุกสิ่งที่เขาทำรุ่งเรืองขึ้นเท่านั้น แต่พระเจ้าจะทรงมอบฤทธิ์อำนาจของพระองค์ให้กับเขาด้วยเช่นกัน ซึ่งโดยฤทธิ์อำนาจนั้นพระเจ้า

จะทรงใช้เขาในฐานะภาชนะที่มีคุณค่า

ด้วยเหตุนี้ ถึงแม้ท่านคิดว่าท่านมีความเชื่อและท่านรักต่อพระเจ้าอยู่แล้ว แต่ขอให้ท่านสำรวจตัวเองอีกครั้งหนึ่งว่าพระเจ้าทรงยอมรับความเชื่อและความรักของท่านมากน้อยเพียงใด ขอให้ท่านเดินอยู่ในความสว่างเพื่อชีวิตของท่านจะเปี่ยมล้นไปด้วยหลักฐานแห่งความรักของพระเจ้าและการสามัคคีธรรมกับพระองค์ ข้าพเจ้าอธิษฐานในพระนามของพระเยซูคริสต์องค์พระผู้เป็นเจ้าของเรา...อาเมน

คำเทศนาตอนที่ 5
พลังอำนาจของความสว่าง

1 ยอห์น 1:5

นี่เป็นข้อความที่เราได้ยินจากพระองค์และบอกแก่ท่านทั้งหลาย
คือว่าพระเจ้าทรงเป็นความสว่างและความมืดในพระองค์ไม่มีเลย

มีตัวอย่างจำนวนมากในพระคัมภีร์ที่ผู้คนได้รับความรอด การรักษาโรค และได้รับคำตอบผ่านการทำงานอย่างอัศจรรย์ด้วยฤทธิ์อำนาจของพระเจ้าโดยทางพระเยซูพระบุตรของพระองค์ เมื่อพระเยซูตรัสสั่ง โรคภัยและความเจ็บไข้นานาชนิดก็ได้รับการรักษา การรื้อฟื้น และการถูกสร้างขึ้นมาใหม่

คนตาบอดมองเห็น คนใบ้พูดได้ และคนหูหนวกได้ยิน ชายมือลีบได้รับการรักษา คนง่อยเดินได้อีกครั้งหนึ่ง และผู้ป่วยอัมพาตได้รับการรักษาให้หาย ยิ่งกว่านั้น วิญญาณชั่วถูกขับออกไปและคนตายฟื้นคืนชีพ

การทำงานด้วยฤทธิ์อำนาจอันอัศจรรย์ของพระเจ้าเหล่านี้ไม่ได้ปรากฏอยู่ในพระราชกิจของพระเยซูเท่านั้น แต่ภารกิจอันอัศจรรย์เหล่านี้ยังปรากฏอยู่ในการทำงานของผู้เผยพระวจนะในสมัยพระคัมภีร์เดิมและบรรดาอัครทูตในสมัยพระคัมภีร์ใหม่ด้วยเช่นกันแน่นอน ภารกิจของผู้เผยพระวจนะและอัครทูตเหล่านั้นเทียบไม่ได้กับพระราชกิจของพระเยซูในการสำแดงถึงฤทธิ์อำนาจของพระเจ้า แต่พระเจ้าได้ประทานฤทธิ์อำนาจแก่ผู้คนที่มีลักษณะเหมือนพระเยซูและพระเจ้ารวมทั้งทรงใช้คนเหล่านั้นให้เป็นภาชนะของพระองค์ พระเจ้าผู้ทรงเป็นความสว่างทรงสำแดงฤทธิ์อำนาจของพระองค์ผ่านทางบุคคลอย่างสเทเฟนและฟีลิปเพราะคนเหล่านี้ได้รับการชำระให้บริสุทธิ์ด้วยการเดินอยู่ในความสว่างและมีชีวิตเหมือนองค์พระผู้เ

เป็นเจ้า

อัครทูตเปาโลสำแดงถึงฤทธิ์อำนาจอันยิ่งใหญ่
จนผู้คนมองว่าท่านเป็น "พระเจ้า"

ในบรรดาบุคคลในพระคัมภีร์ใหม่ การสำแดงฤทธิ์อำนาจของพระเจ้าของอัครทูตเปาโลอยู่ในอันดับสองรองจากพระเยซู ท่านประกาศพระกิตติคุณกับคนต่างชาติที่ไม่รู้จักพระเจ้าด้วยคำเทศนาเรื่องสิทธิอำนาจซึ่งมาพร้อมกับหมายสำคัญและการอัศจรรย์ เปาโลสามารถเป็นพยานถึงพระเจ้าผู้เที่ยงแท้และพระเยซูคริสต์ด้วยฤทธิ์อำนาจดังกล่าว

จากข้อเท็จจริงที่ว่าการกราบไหว้รูปเคารพและการทำวิทยาคมมีอยู่อย่างดาษดื่นในเวลานั้น คงมีบางคนในหมู่ชาวต่างชาติที่เที่ยวล่อลวงคนอื่น การเผยแพร่พระกิตติคุณกับคนเหล่านี้ต้องอาศัยการสำแดงฤทธิ์อำนาจของพระเจ้าซึ่งอยู่เหนือฤทธิ์อำนาจเทียมเท็จของเวทมนต์และเหล่าวิญญาณชั่ว (โรม 15:18-19)

จากกิจการ 14:8 เป็นต้นไปคือภาพเหตุการณ์ที่อัครทูตเปาโลประกาศพระกิตติคุณในแคว้นลิสตรา เมื่อเปาโลสั่งชายง่อยตั้งแต่เกิด (ที่ไม่เคยเดินตลอดชีวิตของตน) ว่า "จงลุกขึ้นยืนตรง" คนง่อยนั้นก็กระโดดลุกขึ้นและเดินไป (กิจการ 14:10) เมื่อประชาชนเห็นสิ่งที่เกิดขึ้นคนเหล่านั้นจึงพูดกันว่า "พวกพระแปลงเป็นมนุษย์ลงมาหาเราแล้ว" (กิจการ 14:11) ในกิจการ 28 เป็นภาพเหตุการณ์ที่อัครทูต

เปาโลลอยคออยู่ในทะเลไปจนถึงเกาะมอลตาหลังจากเรืออับปาง เมื่อท่านเก็บกิ่งไม้แห้งมัดหนึ่งมาใส่ไฟ มีงูพิษตัวหนึ่งออกมาเพราะถูกความร้อนกัดติดอยู่ที่มือของเปาโล เมื่อเห็นสิ่งที่เกิดขึ้นคนพื้นเมืองบนเกาะจึงคิดว่าเปาโลจะบวมขึ้นหรือจะล้มลงตายทันที แต่ไม่มีสิ่งใดเกิดขึ้นกับเปาโล คนเหล่านั้นจึงพูดกันว่าท่านเป็น "พระ" (ข้อ 6)

เพราะเปาโลมีจิตใจที่สะอาดบริสุทธิ์ในสายพระเนตรของพระเจ้า ท่านจึงสามารถสำแดงถึงการทำงานด้วยฤทธิ์อำนาจของพระเจ้าจนผู้คนคิดว่าท่านเป็น "พระ"

ฤทธิ์อำนาจของพระเจ้าผู้ทรงเป็นความสว่าง

พระเจ้าประทานฤทธิ์อำนาจไม่ใช่เพราะมีคนต้องการฤทธิ์อำนาจนั้น แต่พระองค์ประทานฤทธิ์อำนาจแก่คนที่มีลักษณะเหมือนพระองค์และได้รับการชำระให้บริสุทธิ์ แม้กระทั่งในปัจจุบัน พระเจ้าทรงกำลังแสวงหาผู้คนที่พระองค์จะประทานฤทธิ์อำนาจของพระองค์ให้เพื่อจะทรงใช้คนเหล่านั้นให้เป็นภาชนะแห่งสง่าราศีของพระองค์ เพราะเหตุนี้ มาระโก 16:20 จึงบอกให้เราทราบว่า "พวกสาวกเหล่านั้นจึงออกไปเทศนาสั่งสอนทุกแห่งทุกตำบลและพระเป็นเจ้าทรงร่วมงานกับเขาและทรงสนับสนุนคำสอนของเขาโดยหมายสำคัญที่ประกอบนั้น" พระเยซูตรัสไว้ในยอห์น 4:48 ว่า "ถ้าพวกท่านไม่เห็นหมายสำคัญและการอัศจรรย์ ท่านก็จะไม่เชื่อ"

การนำผู้คนจำนวนมากมาถึงความรอดต้องอาศัยฤทธิ์อำนาจจา

กสวรรค์ซึ่งสามารถสำแดงหมายสำคัญและการอัศจรรย์ที่ยืนยันถึงพระเจ้าผู้ทรงพระชนม์อยู่ ในยุคสมัยที่ความบาปและความชั่วกำลังเฟื่องฟู หมายสำคัญและการอัศจรรย์เป็นสิ่งที่ต้องการมากยิ่งขึ้น

เมื่อเราเดินอยู่ในความสว่างและเป็นหนึ่งเดียวกันกับพระเจ้าพระบิดาของเราในวิญญาณ เราก็สามารถสำแดงถึงฤทธิ์อำนาจที่พระเยซูทรงสำแดงด้วยเช่นกัน ที่เป็นเช่นนี้ก็เพราะองค์พระผู้เป็นเจ้าของเราทรงสัญญาไว้ว่า "เราบอกความจริงแก่ท่านทั้งหลายว่าผู้ที่วางใจในเราจะกระทำกิจการซึ่งเราได้กระทำนั้นด้วยและเขาจะกระทำกิจที่ยิ่งใหญ่กว่านั้นอีกเพราะว่าเราจะไปถึงพระบิดาของเรา" (ยอห์น 14:12)

ถ้าบุคคลใดสำแดงถึงฤทธิ์อำนาจของมิติฝ่ายวิญญาณซึ่งพระเจ้าเท่านั้นที่สามารถกระทำได้ บุคคลนั้นก็เป็นคนของพระเจ้า เหมือนที่สดุดี 62:11 บอกเราว่า "พระเจ้าตรัสครั้งหนึ่ง ข้าพเจ้าได้ยินอย่างนี้สองครั้งแล้วว่าฤทธานุภาพเป็นของพระเจ้า" ผีมารซาตานจึงไม่สามารถสำแดงถึงฤทธิ์อำนาจที่เป็นของพระเจ้าได้ แน่นอนเนื่องจากผีมารซาตานเป็นสิ่งมีชีวิตฝ่ายวิญญาณ ซาตานจึงมีพลังอำนาจเหนือกว่าซึ่งมันสามารถหลอกลวงผู้คนและปลุกเร้าให้เขาต่อสู้กับพระเจ้าได้ แต่สิ่งที่แน่นอนก็คือไม่มีสิ่งมีชีวิตอื่นใดสามารถลอกเลียนแบบฤทธิ์อำนาจของพระเจ้าซึ่งพระองค์ทรงสามารถควบคุมเหนือชีวิต ความตาย พระพร คำแช่งสาป และประวัติศาสตร์ของมนุษย์ พระองค์ทรงสร้างสิ่งสารพัดจากควา

มว่างเปล่า ฤทธิ์อำนาจเป็นของพระเจ้าผู้ทรงเป็นความสว่างและผู้คนที่สามารถสำแดงถึงฤทธิ์อำนาจนี้ต้องได้รับการชำระให้บริสุทธิ์และมีความเชื่อขนาดเดียวกันกับความเชื่อของพระเยซูคริสต์

ความแตกต่างของสิทธิอำนาจ ความสามารถ และฤทธิ์อำนาจของพระเจ้า

ในการพูดหรือระบุถึงความสามารถของพระเจ้า หลายคนเทียบเคียงสิทธิอำนาจกับความสามารถหรือเทียบเคียงความสามารถกับฤทธิ์อำนาจ แต่ทั้งสามสิ่งนี้มีความแตกต่างกันอย่างชัดเจน

"ความสามารถ" เป็นพลังอำนาจของความเชื่อซึ่งทำให้สิ่งที่เป็นไปไม่ได้สำหรับมนุษย์เป็นไปได้สำหรับพระเจ้า "สิทธิอำนาจ" คือฤทธิ์อำนาจอันสูงส่ง สง่างาม และศักดิ์สิทธิ์ที่พระเจ้าทรงสถาปนาไว้ ในมิติฝ่ายวิญญาณเสภาพของการไม่มีบาปคือฤทธิ์อำนาจ กล่าวคือ สิทธิอำนาจคือการชำระให้บริสุทธิ์นั่นเองและบุตรของพระเจ้าที่ได้รับการชำระให้บริสุทธิ์ซึ่งกำจัดความชั่วและความเท็จออกจากจิตใจของตนอย่างสิ้นเชิงจะสามารถรับเอาสิทธิอำนาจฝ่ายวิญญาณนี้ได้

ถ้าเช่นนั้น "ฤทธิ์อำนาจ" คืออะไร ฤทธิ์อำนาจหมายถึงความสามารถและสิทธิอำนาจที่พระเจ้าทรงมอบให้กับผู้คนที่หลีกเลี่ยงความชั่วร้ายทุกชนิดและได้รับการชำระให้บริสุทธิ์

ยกตัวอย่าง ถ้าคนขับรถมี "ความสามารถ" ขับขียานพาหนะ เจ้า

หน้าที่จราจรซึ่งควบคุมการจราจรก็มี "สิทธิอำนาจ" ที่จะสั่งให้ยานพาหนะหยุดวิ่ง เจ้าหน้าที่ได้รับสิทธิอำนาจ (ในการสั่งให้รถหยุดและอนุญาตให้รถวิ่ง) จากรัฐบาล ด้วยเหตุนี้แม้คนขับจะมี "ความสามารถ" ขับขี่ยานพาหนะ แต่เนื่องจากคนขับไม่มี "สิทธิอำนาจ" ของเจ้าหน้าที่จราจร เมื่อเจ้าหน้าที่จราจรสั่งให้เขาหยุดหรือไป คนขับต้องปฏิบัติตาม

จากตัวอย่างนี้ สิทธิอำนาจและความสามารถแตกต่างกันและเมื่อนำเอาสิทธิอำนาจและความสามารถมารวมกันเราเรียกสิ่งนี้ว่าฤทธิ์อำนาจ ในมัทธิว 10:1 เราพบว่า "พระองค์ [พระเยซู] ทรงเรียกสาวกสิบสองคนของพระองค์มาแล้วก็ประทานอำนาจให้เขาขับผีร้ายออกได้และให้รักษาโรคและความเจ็บไข้ทุกอย่างให้หายได้" ฤทธิ์อำนาจเกี่ยวพันกับ "สิทธิอำนาจ" ในการขับไล่วิญญาณชั่วออก และเกี่ยวพันกับ "ความสามารถ" ในการรักษาโรคและความเจ็บไข้ทุกชนิด

ความแตกต่างระหว่างของประทานแห่งการรักษาโรคกับฤทธิ์อำนาจ

ผู้คนที่ไม่คุ้นเคยกับฤทธิ์อำนาจของพระเจ้าผู้ทรงเป็นความสว่างมักเทียบเคียงฤทธิ์อำนาจนี้กับของประทานแห่งการรักษาโรค ของประทานแห่งการรักษาโรคใน 1 โครินธ์ 12:9 หมายถึงการเผาผลาญโรคที่เกิดจากการติดเชื้อไวรัส ของประทานนี้ไม่สามารถรัก

ษาอาการหูหนวกและการเป็นใบ้ซึ่งเป็นผลจากความเสื่อมถอยของอวัยวะในร่างกายหรือการตายของเซลล์เส้นประสาท โรคและความเจ็บไข้เหล่านี้จะรักษาให้หายได้ด้วยฤทธิ์อำนาจของพระเจ้าและการอธิษฐานด้วยความเชื่อที่พระเจ้าพอพระทัยเท่านั้น ยิ่งกว่านั้น ในขณะที่การสำแดงฤทธิ์อำนาจของพระเจ้าผู้ทรงเป็นความสว่างเกิดขึ้นอยู่ตลอดเวลา ของประทานแห่งการรักษาโรคไม่ได้เกิดขึ้นตลอดเวลา

ในด้านหนึ่ง พระเจ้าทรงมอบของประทานแห่งการรักษาโรคแก่คนที่รักและอธิษฐานเผื่อผู้อื่นอย่างร้อนรนและด้วยวิญญาณจิตของตนรวมทั้งเป็นคนที่พระเจ้าทรงถือว่าเป็นภาชนะที่กล้าหาญและเป็นประโยชน์โดยไม่คำนึงว่าคนเหล่านี้ได้รับการชำระให้บริสุทธิ์ในจิตใจของตนในระดับใด แต่ถ้าของประทานแห่งการรักษาโรคถูกนำไปใช้อย่างไม่ถูกต้องเพื่อประโยชน์ของตนเองแทนที่จะใช้เพื่อสง่าราศีของพระเจ้า พระเจ้าจะทรงริบเอาของประทานนี้กลับคืน

ในอีกด้านหนึ่ง พระเจ้าประทานฤทธิ์อำนาจของพระองค์ให้กับคนที่ได้รับการชำระให้บริสุทธิ์ในจิตใจของตนแล้วเท่านั้น หลังจากได้รับแล้ว ฤทธิ์อำนาจนี้จะไม่มีวันอ่อนแอลงหรือเหี่ยวแห้งไปเพราะผู้ที่ได้รับฤทธิ์อำนาจไม่ได้ใช้ฤทธิ์อำนาจดังกล่าวเพื่อประโยชน์ของตน ตรงกันข้าม ยิ่งจิตใจของเขาเป็นเหมือนพระทัยขององค์พระผู้เป็นเจ้ามากเท่าใด ฤทธิ์อำนาจที่พระเจ้าประทานให้กับเขาก็จะอยู่ในระดับที่สูงมากขึ้นเท่านั้น ถ้าจิตใจและการประพฤติของบุค

คลนั้นเป็นหนึ่งเดียวกันกับขององค์พระผู้เป็นเจ้า เขาก็สามารถสำแดงถึงฤทธิ์อำนาจของพระเจ้าทุกชนิดที่พระเยซูเคยสำแดงได้ด้วยเช่นกัน

การสำแดงถึงฤทธิ์อำนาจของพระเจ้ามีวิธีการดำเนินการที่แตกต่างออกไป ของประทานแห่งการรักษาโรคไม่สามารถรักษาโรคร้ายแรงหรือโรคที่หายากได้และคนที่มีความเชื่อน้อยไม่สามารถรับการรักษาให้หายด้วยของประทานแห่งการรักษาโรค แต่ไม่มีสิ่งใดที่เป็นไปไม่ได้ด้วยฤทธิ์อำนาจของพระเจ้าผู้ทรงเป็นความสว่าง เมื่อผู้ป่วยแสดงออกให้เห็นถึงหลักฐานเพียงเล็กน้อยของความเชื่อของเขา การรักษาโรคด้วยฤทธิ์อำนาจของพระเจ้าจะบังเกิดขึ้นทันที คำว่า "ความเชื่อ" ในที่นี้หมายถึงความเชื่อฝ่ายวิญญาณซึ่งบุคคลเชื่อในส่วนลึกแห่งจิตใจของตน

ฤทธิ์อำนาจสี่ระดับของพระเจ้าผู้ทรงเป็นความสว่าง

โดยทางพระเยซูคริสต์ผู้ทรงเป็นเหมือนเดิมวานนี้และวันนี้ทุกคนที่พระเจ้าทรงถือว่าเป็นภาชนะที่เหมาะสมในสายพระเนตรของพระองค์จะสำแดงถึงฤทธิ์อำนาจของพระเจ้า

การสำแดงฤทธิ์อำนาจของพระเจ้ามีอยู่หลายระดับ ยิ่งท่านจำเริญขึ้นในฝ่ายวิญญาณมากเท่าใด ท่านก็จะเข้าสู่และได้รับฤทธิ์อำนาจในระดับสูงมากขึ้นเท่านั้น บุคคลที่มีสายตาฝ่ายวิญญาณจะสามารถมองเห็นแสงของความสว่างในระดับต่าง ๆ ตามฤทธิ์อำนาจของพระเจ้าในแต่ละระดับ มนุษย์ในฐานะสิ่งทรงสร้างสามารถสำแดงฤทธิ์

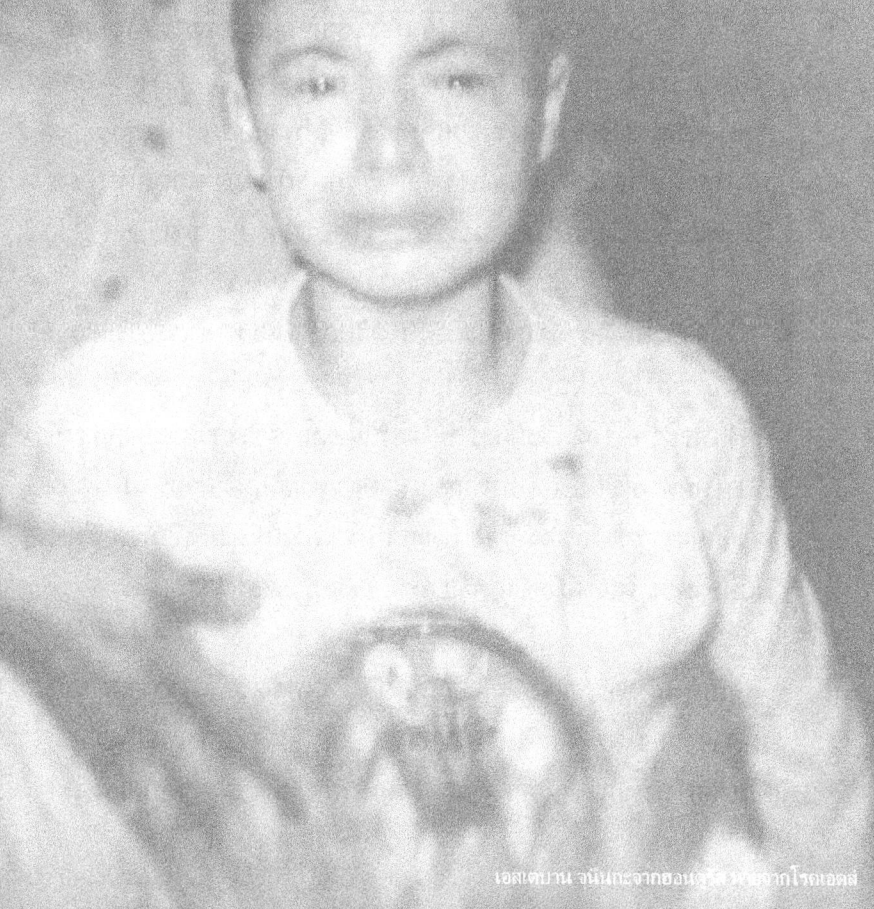

“ผมหลั่งน้ำตาทั้งกลางวันและกลางคืน ผมเจ็บปวดมากขึ้นเมื่อผู้คนมองว่าผม ‘เป็นเด็กที่มีโรคเอดส์’” พระเจ้าทรงรักษาผมด้วยฤทธิ์อำนาจของพระองค์และประทานเสียงหัวเราะให้กับครอบครัวผม
ตอนนี้ผมมีความสุขมาก

เอสเตบาน จนินกะจากฮอนดูรัส หายจากโรคเอดส์

อำนาจของพระเจ้าได้สี่ระดับ

ระดับที่หนึ่งเป็นการสำแดงฤทธิ์อำนาจของพระเจ้าด้วยแสงสีแดงซึ่งหมายถึงการทำลายด้วยไฟแห่งพระวิญญาณบริสุทธิ์

ไฟแห่งพระวิญญาณบริสุทธิ์จะปะทุออกมาจากฤทธิ์อำนาจระดับที่หนึ่งซึ่งอยู่ในรูปของแสงสีแดงที่เผาผลาญและรักษาโรคต่าง ๆ ซึ่งรวมถึงโรคที่เกิดจากการติดเชื้อและเชื้อไวรัส โรคต่าง ๆ เช่น โรคมะเร็ง โรคปอด โรคเบาหวาน โรคความผิดปกติในเม็ดเลือด โรคไต โรคข้ออักเสบ โรคหัวใจ และโรคเอดส์สามารถรับการรักษาให้หาย แต่ไม่ได้หมายความว่าโรคทุกชนิดที่ระบุไว้เบื้องต้นเหล่านี้จะได้รับการรักษาให้หายด้วยฤทธิ์อำนาจในระดับที่หนึ่ง ฤทธิ์อำนาจในระดับที่หนึ่งไม่เพียงพอต่อการรักษาผู้ป่วยขั้นวิกฤติ (เช่นในกรณีของผู้ป่วยเป็นโรคมะเร็งหรือโรคปอดระยะสุดท้าย)

การรื้อฟื้นอวัยวะของร่างกายที่ได้รับความเสียหายหรือไม่สามารถทำหน้าที่ได้เหมือนเดิมต้องอาศัยฤทธิ์อำนาจที่ยิ่งใหญ่กว่าซึ่งไม่เพียงแต่จะรักษาอวัยวะที่เสียไปเท่านั้นแต่ต้องสร้างอวัยวะดังกล่าวขึ้นมาใหม่ด้วยเช่นกัน ในกรณีเช่นนี้ ความเชื่อของผู้ป่วยรวมทั้งความเชื่อและความรักของผู้คนในครอบครัวผู้ป่วยจะเป็นตัวกำหนดเช่นกันว่าพระเจ้าจะสำแดงฤทธิ์อำนาจของพระองค์ในระดับใด

นับตั้งแต่การก่อตั้งคริสตจักรมันมินเซ็นทรัลเชิร์ชมีการสำแดงถึงฤทธิ์อำนาจในระดับที่หนึ่งนับครั้งไม่ถ้วนที่คริสตจักรแห่งนี้ เมื่อผู้คนเชื่อฟังพระคำของพระเจ้าและรับเอาคำอธิษฐาน โรคภัยที่มีควา

"หนูมองเห็นแสงสว่าง... ในที่สุดหนูก็ออกมาจากอุโมงค์อันมืดมิดที่อยู่มาถึงสิบสี่ปี... หนูเคยสิ้นหวังกับตนเอง แต่หนูได้เกิดใหม่ด้วยฤทธิ์อำนาจขององค์พระผู้เป็นเจ้า"

ชามา มาซาลจากปากีสถาน เป็นอิสระการถูกผีสิงถึง 14 ปี

มร้ายแรงในระดับต่าง ๆ ล้วนได้รับการรักษาให้หาย เมื่อผู้คนจับมือทักทายกับข้าพเจ้าหรือสัมผัสเสื้อผ้าของข้าพเจ้า รับเอาคำอธิษฐานผ่านผ้าเช็ดหน้าที่ข้าพเจ้าอธิษฐานเจิมเอาไว้ และรับเอาคำอธิษฐานที่บันทึกไว้ในเครื่องตอบรับโทรศัพท์อัตโนมัติ หรือเมื่อข้าพเจ้าอธิษฐานวางมือบนภาพถ่ายของผู้ป่วย เราเห็นถึงการรักษาโรคของพระเจ้าเกิดขึ้นซ้ำแล้วซ้ำอีก

การทำงานด้วยฤทธิ์อำนาจในระดับที่หนึ่งไม่ได้จำกัดอยู่ที่การทำลายด้วยไฟแห่งพระวิญญาณบริสุทธิ์ แม้ในวินาทีที่คนหนึ่งอธิษฐานด้วยความเชื่อและได้รับการดลใจรวมทั้งได้รับการโน้มน้าวและการเต็มล้นด้วยพระวิญญาณบริสุทธิ์ บุคคลนั้นก็สามารถสำแดงถึงฤทธิ์อำนาจของพระเจ้าที่ยิ่งใหญ่กว่านั้นได้ แต่นี่เป็นสิ่งที่เกิดขึ้นเพียงชั่วคราวและไม่ใช่หลักฐานยืนยันถึงการมีฤทธิ์อำนาจของพระเจ้าอย่างถาวรซึ่งจะเกิดขึ้นเมื่อการสำแดงฤทธิ์อำนาจนั้นสอดคล้องกับน้ำพระทัยของพระเจ้าเท่านั้น

ระดับที่สองเป็นการสำแดงฤทธิ์อำนาจของพระเจ้าด้วยแสงสีน้ำเงิน

มาลาคี 4:2 บอกเราว่า “แต่ดวงอาทิตย์แห่งความชอบธรรมซึ่งมีปีกรักษาโรคภัยได้จะขึ้นมาสำหรับคนเหล่านั้นที่ยำเกรงนามของเรา เจ้าจะกระโดดโลดเต้นออกไปเหมือนลูกวัวออกไปจากคอก” ผู้คนที่มีสายตาฝ่ายวิญญาณจะสามารถมองเห็นรังสีที่เป็นเหมือนแสงเลเซอร์พุ่งกระจายออกมาเป็นลำแสงแห่งการรักษาโรค

ฤทธิ์อำนาจระดับที่สองขับไล่ความมืดออกไปและปลดปล่อยผู้คนที่ถูกผีสิง ถูกซาตานควบคุม และถูกครอบงำด้วยวิญญาณชั่วชนิดต่าง ๆ ให้เป็นอิสระ อาการป่วยทางสมองในระดับต่าง ๆ ที่เกิดจากอำนาจของมืดซึ่งรวมถึงโรคออทิสซึม โรคประสาท และโรคอื่น ๆ สามารถรักษาให้หายได้ด้วยฤทธิ์อำนาจระดับที่สอง

โรคเหล่านี้สามารถป้องกันได้ถ้าเรา "ชื่นชมยินดีอยู่เสมอ" และ "ขอบพระคุณในทุกกรณี" แต่ถ้าท่านเกลียดชังคนอื่น มีความคิดมุ่งร้าย คิดในแง่ลบ และโกรธง่าย แทนที่เราจะชื่นชมยินดีอยู่เสมอและขอบพระคุณในทุกกรณี ท่านก็เสี่ยงต่อการป่วยเป็นโรคเหล่านี้ได้ง่ายขึ้น เมื่อพลังอำนาจของซาตาน (ซึ่งชักนำให้มนุษย์มีความคิดและจิตใจที่ชั่วร้าย) ถูกขับออกไป ผู้คนที่ป่วยเป็นโรคทางสมองจะได้รับการักษาหายโดยธรรมชาติ

โรคภัยและความเจ็บไข้ฝ่ายร่างกายมักได้รับการรักษาให้หายด้วยฤทธิ์อำนาจระดับที่สองอยู่บ่อยครั้ง โรคภัยและความเจ็บไข้ที่เกิดจากการทำงานของผีมารซาตานจะได้รับการรักษาให้หายด้วยแสงแห่งฤทธิ์อำนาจของพระเจ้าในระดับที่สอง คำว่า "ความเจ็บไข้" ในที่นี้หมายถึงความเสื่อมถอยและอาการอัมพาตของอวัยวะของร่างกายเหมือนในกรณีของคนใบ้ คนหูหนวก คนง่อย คนตาบอด และคนที่เป็นอัมพาตตั้งแต่กำเนิด เป็นต้น

จากมาระโก 9:14 เป็นต้นไปเป็นภาพเหตุการณ์ที่พระเยซูทรงขับไล่ "ผีใบ้หูหนวก" ออกจากเด็กชายคนหนึ่ง (ข้อ 25) เด็กคนนี้หูห

นวกและเป็นใบ้เพราะมีวิญญาณชั่วสิงอยู่ในเขา เมื่อพระเยซูทรงขับไล่วิญญาณชั่วนั้นออกไป เด็กก็หายเป็นปกติ

ในทำนองเดียวกัน เมื่อต้นเหตุของโรคภัยคืออำนาจของความมืด (ซึ่งรวมถึงผีโสโครก) วิญญาณชั่วต้องถูกขับไล่ออกไปเพื่อผู้ป่วยจะได้รับการรักษาให้หาย ถ้าคนหนึ่งประสบปัญหาในระบบการย่อยอาหารของตนซึ่งเป็นผลจากโรคประสาท ต้นเหตุของโรคต้องถูกทำลายด้วยการขับไล่อำนาจของผีมารซาตานออกไป อำนาจของความมืดและความชั่วที่หลงเหลืออยู่ถือเป็นต้นเหตุของโรคอัมพาตและโรคไขข้ออักเสบด้วยเช่นกัน บางครั้งแม้การวินิจฉัยทางการแพทย์จะตรวจไม่พบความผิดปกติใด ๆ ภายในร่างกายก็ตาม แต่ผู้คนก็ยังทนทุกข์จากความเจ็บปวดในส่วนต่าง ๆ ของร่างกายของตน เมื่อข้าพเจ้าอธิษฐานเผื่อคนที่ทนทุกข์ในสภาพเช่นนี้ บ่อยครั้งผู้คนที่มีสายตาฝ่ายวิญญาณมักมองเห็นอำนาจของความมืดออกมาจากร่างกายของผู้ป่วยในรูปลักษณ์ของสัตว์ที่น่ารังเกียจชนิดต่าง ๆ

นอกจากโรคภัยและความเจ็บไขชนิดต่าง ๆ แล้วฤทธิ์อำนาจระดับที่สองของพระเจ้าผู้ทรงเป็นความสว่างยังสามารถขับไล่อำนาจแห่งความมืดที่พบภายในบ้าน ในธุรกิจ และในที่ทำงานออกไปด้วยเช่นกัน เมื่อคนที่สามารถสำแดงถึงฤทธิ์อำนาจระดับที่สองของพระเจ้าเดินทางไปเยี่ยมผู้คนที่ทนทุกข์กับการข่มเหงในบ้านและประสบปัญหาในที่ทำงานและในธุรกิจ พระพรจะหลั่งไหลมาเหนือคนเหล่านั้นตามการประพฤติของตนในขณะที่

“โอ พระเจ้า เป็นไปได้อย่างไร
เป็นไปได้อย่างไรที่ฉันเดินได้”

ญิงชาวเคนย่าเดินได้หลังจากการอธิษฐานเผื่อบนธรรมาสน์

ความมืดจะถูกขับไล่ออกไปและความสว่างจะปกคลุมอยู่เหนือเขา

การทำให้คนตายฟื้นคืนชีพหรือการทำให้คนเสียชีวิตตามน้ำพระทัยของพระเจ้าเป็นการทำงานด้วยฤทธิ์อำนาจของพระเจ้าในระดับที่สองเช่นกัน ตัวอย่างต่อไปนี้เป็นการทำงานด้วยฤทธิ์อำนาจของพระเจ้าในระดับที่สอง อัครทูตเปาโลทำให้ยุทิกัสฟื้นคืนชีพ (กิจการ 20:9-12) อานาเนียกับสัปฟีราหลอกลวงอัครทูตเปโตรและทั้งสองเสียชีวิตเพราะคำแช่งสาปของเปโตร (กิจการ 5:1-11) และคำแช่งสาปของเอลีชาทำให้เด็กหนุ่มเหล่านั้นเสียชีวิต (2 พงศ์กษัตริย์ 2:23-24)

แต่มีข้อแตกต่างสำคัญหลายประการในการทำงานของพระเยซูและการทำงานของอัครทูตเปาโล เปโตร และผู้เผยพระวจนะเอลีชา พระเจ้าในฐานะองค์พระผู้เป็นเจ้าของวิญญาณทุกดวงมีอำนาจสูงสุดที่จะอนุญาตให้คนหนึ่งมีชีวิตอยู่หรือพรากชีวิตไปจากเขา แต่เนื่องจากพระเยซูและพระเจ้าทรงเป็นหนึ่งเดียวกันและทรงเป็นเหมือนกัน การตัดสินพระทัยของพระเยซูถือเป็นการตัดสินพระทัยของพระเจ้าเช่นกัน นี่คือสาเหตุที่พระเยซูทำให้คนตายเป็นขึ้นมาโดยตรัสสั่งเขาด้วยพระคำของพระเจ้าเพียงอย่างเดียว (ยอห์น 11:43-44) ในขณะที่ผู้เผยพระวจนะและอัครทูตคนอื่น ๆ ต้องอธิษฐานขอน้ำพระทัยของพระเจ้าและการอนุมัติจากพระเจ้าเพื่อให้คนตายเป็นขึ้นมา

ระดับที่สามเป็นการสำแดงฤทธิ์อำนาจของพระเจ้าด้วยแสงสีข

"ฉันไม่อยากมองดูร่างกายของตนที่ไหม้เกรียมไปทั้งตัว... เมื่อฉันอยู่คนเดียว พระองค์เสด็จมาหาฉัน ทรงยื่นพระหัตถ์ของพระองค์ออกมา และวางฉันไว้ข้างพระทรวงของพระองค์... ฉันได้รับชีวิตใหม่ด้วยความรักและความศักดิ์สิทธิ์ของพระองค์... มีสิ่งใดบ้างที่ฉันจะทำให้กับพระองค์ไม่ได้"

[illegible]กาอาวโลอนเดียก คิม ได้รับการรักษาให้หายจากการถูกน้ำร้อนลวกขั้นที่สามทั่วร่างกายตั้งแต่ศีรษะจรดเท้า

าว (แสงที่ไร้สี) และเกิดขึ้นพร้อมกับหมายสำคัญชนิดต่าง ๆ และภารกิจแห่งการทรงสร้าง

หมายสำคัญทุกชนิดและภารกิจแห่งการทรงสร้างจะปรากฏขึ้นในระดับที่สามแห่งฤทธิ์อำนาจของพระเจ้าผู้ทรงเป็นความสว่าง คำว่า "หมายสำคัญ" ในที่นี้หมายถึงการรักษาโรคที่ทำให้คนตาบอดมองเห็น คนใบ้พูดได้ และคนหูหนวกได้ยิน คนง่อยลุกขึ้นเดิน ขาที่ยาวไม่เท่ากันถูกยืดให้เท่ากัน และคนที่เป็นโปลิโอหรือก้านสมองเป็นอัมพาตได้รับการรักษาให้หายอย่างสมบูรณ์ อวัยวะของร่างกายที่พิการหรือเสื่อมสภาพตั้งแต่กำเนิดได้รับการรื้อฟื้นขึ้นมาใหม่ กระดูกที่แตกหักได้รับการเชื่อมต่อเข้าด้วยกัน กระดูกที่หายไปถูกสร้างขึ้นใหม่ ลิ้นที่สั้นถูกยืดให้ยาวขึ้น และเส้นเอ็นถูกเชื่อมต่อเข้าหากันอีกครั้งหนึ่ง ยิ่งกว่านั้น เนื่องจากแสงแห่งฤทธิ์อำนาจของพระเจ้าในระดับที่หนึ่ง ที่สอง และที่สามปรากฏขึ้นพร้อมกันในระดับที่สามจึงไม่มีโรคภัยและความเจ็บไข้ชนิดใดจะทำให้เกิดปัญหาอีกต่อไป

ถึงแม้บางคนจะถูกไฟไหม้หรือน้ำร้อนลวกตั้งหัวจรดเท้ารวมทั้งเซลล์และกล้ามเนื้อของเขาถูกเผาไหม้หรือแม้ว่าเนื้อของเขาจะถูกต้มจนสุก พระเจ้าก็ทรงสามารถสร้างส่วนที่ถูกเผาไหม้เหล่านั้นขึ้นมาใหม่ได้ เพราะพระเจ้าทรงสามารถสร้างสิ่งสารพัดจากความว่างเปล่า พระองค์จึงทรงสามารถซ่อมแซมไม่เพียงแต่วัตถุที่ไม่มีชีวิตอย่างเครื่องจักรเท่านั้น แต่พระองค์ทรงสามารถรักษาอวัยวะในร่างกาย

ของมนุษย์ที่ได้รับความเสียหายให้มีสภาพที่สมบูรณ์อีกครั้งหนึ่งได้เช่นกัน

ที่คริสตจักรมันมินเซ็นทรัลเชิร์ช อวัยวะภายในร่างกายที่ทำงานผิดปกติหรือที่ได้รับความเสียหายอย่างรุนแรงต่างก็ได้รับการรื้อฟื้นฟูสภาพขึ้นมาใหม่โดยผ่านการอธิษฐานด้วยผ้าเช็ดหน้าหรือคำอธิษฐานที่บันทึกไว้ในเครื่องรับโทรศัพท์อัตโนมัติ ภารกิจแห่งการทรงสร้างปรากฏให้เห็นอย่างไม่สิ้นสุดในฤทธิ์อำนาจของพระเจ้าระดับที่สาม แม้แต่ปอดที่ได้รับความเสียหายอย่างรุนแรงรวมทั้งไตและตับที่ต้องรับการเปลี่ยนถ่ายต่างก็ได้รับการรักษาให้หายเป็นปกติ

มีปัจจัยข้อหนึ่งที่ต้องแยกให้เห็นถึงความแตกต่างอย่างชัดเจน ในด้านหนึ่ง ถ้าอวัยวะที่อ่อนแอในร่างกายได้รับการรื้อฟื้นขึ้นใหม่ นั่นถือเป็นการทำงานแห่งฤทธิ์อำนาจของพระเจ้าในระดับที่หนึ่ง แต่ในอีกด้านหนึ่ง ถ้าอวัยวะในร่างกายที่ไม่มีโอกาสรักษาให้หายได้รับการรื้อฟื้นหรือถูกสร้างขึ้นใหม่ นั่นถือเป็นการทำงานแห่งฤทธิ์อำนาจของพระเจ้าในระดับที่สามซึ่งเป็นฤทธิ์อำนาจแห่งการทรงสร้าง

ระดับที่สี่เป็นการสำแดงฤทธิ์อำนาจของพระเจ้าด้วยแสงสีทองและเป็นความสมบูรณ์แบบของฤทธิ์อำนาจ

จากการทำงานด้วยฤทธิ์อำนาจที่พระเยซูทรงสำแดงเราสามารถบอกได้ว่าฤทธิ์อำนาจระดับที่สี่ครอบครองอยู่เหนือสิ่งสารพัด ไม่ว่าจะเป็นการครอบครองเหนือดินฟ้าอากาศและการสั่งสิ่งที่ไม่มีชีวิตใ

ห้เชื่อฟังก็ตาม ในมัทธิว 21:19 เมื่อพระเยซูทรงสาปต้นมะเดื่อ เราพบว่า "ต้นมะเดื่อก็เหี่ยวแห้งไป" จากมัทธิว 8:23 เป็นต้นไปเป็นภาพเหตุการณ์ที่พระเยซูทรงห้ามพายุและคลื่นลมและสิ่งเหล่านั้นสงบเงียบทั่วไป แม้แต่ธรรมชาติและสิ่งที่ไม่มีชีวิตอย่างลมและทะเลก็เชื่อฟังเมื่อพระเยซูทรงสั่งมัน

ครั้งหนึ่งพระเยซูทรงบอกให้เปโตรถอยเรือออกไปยังที่น้ำลึกและหย่อนอวนลงจับปลา เมื่อเปโตรเชื่อฟังเขาก็จับปลาได้เป็นจำนวนมากจนอวนของเขากำลังจะปริ (ลูกา 5:4-6) อีกครั้งหนึ่งพระเยซูทรงบอกให้เปโตร "ไปตกเบ็ดที่ทะเล เมื่อได้ปลาตัวแรกขึ้นมาก็ให้เปิดปากมันแล้วจะพบเงินตราเชเขลหนึ่ง จงเอาเงินนั้นไปชำระค่าบำรุงพระวิหารสำหรับเรากับท่านเถิด" (มัทธิว 17:24-27)

เมื่อพระเจ้าทรงสร้างสิ่งสารพัดในจักรวาลด้วยพระดำรัสของพระองค์และเมื่อพระเยซูทรงสั่งจักรวาลสิ่งนั้นก็เชื่อฟังพระองค์และกลายเป็นจริง เช่นเดียวกัน เมื่อเรามีความเชื่อที่แท้จริงเราก็จะมีความแน่ใจในสิ่งที่เราหวังไว้และมั่นใจว่าสิ่งที่เรามองไม่เห็นมีจริง (ฮีบรู 11:1) และการทำงานด้วยฤทธิ์อำนาจที่สร้างสิ่งสารพัดจากความว่างเปล่าก็จะบังเกิดขึ้น

นอกจากนี้ ระดับที่สี่เป็นการสำแดงฤทธิ์อำนาจของพระเจ้าที่อยู่เหนือกาลเวลาและสถานที่

ในการที่พระเยซูทรงสำแดงถึงฤทธิ์อำนาจของพระเจ้ามีอยู่ไม่กี่ครั้งที่การสำแดงฤทธิ์อำนาจเหล่านั้นอยู่เหนือกาลเวลาและสถานที่

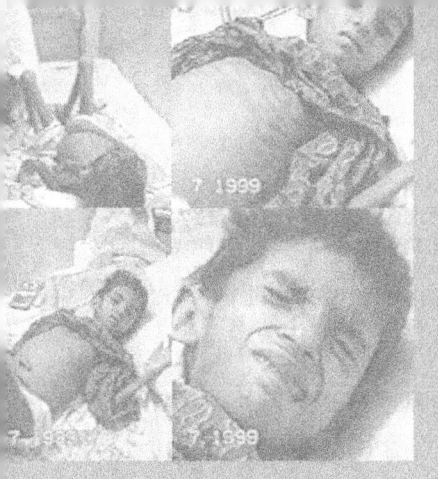

“มันเจ็บปวดมาก... มันเจ็บปวดมากจนฉันลืมตาไม่ได้... ไม่มีใครรู้ว่าฉันรู้สึกอย่างไรแต่พระเจ้าทรงทราบทั้งหมดและพระองค์ทรงรักษาฉันให้หาย”

ซินเธียจากปากีสถานได้รับการรักษาให้หายจากโรคภายในช่องท้องและโรคลำไส้

จากมาระโก 7:24 เป็นต้นไปเป็นภาพเหตุการณ์ทีมีผู้หญิงคนหนึงทูลอ้อนวอนพระเยซูให้รักษาลูกสาวของเธอทีถูกผีเข้าสิง เมือทรงเห็นถึงความถ่อมใจและความเชือของหญิงคนนันพระเยซูจึงตรัสกับเธอว่า “เพราะเหตุถ้อยคำนี้จงกลับไปเถิดผีออกจากลูกสาวของเจ้าแล้ว” (ข้อ 29) เมือหญิงคนนันกลับไปถึงบ้านเธอพบลูกสาวของตนนอนอยู่บนทีนอนและผีร้ายได้ออกไปจากเธอแล้ว

แม้พระเยซูไม่ได้เสด็จไปเยียมคนป่วยแต่ละคนด้วยพระองค์เอง แต่เมือพระองค์ทรงเห็นถึงความเชือของผู้ป่วยและตรัสสัง การรักษาโรคทีอยู่เหนือกาลเวลาและสถานทีก็บังเกิดขึน

การดำเนินบนน้ำของพระเยซูซึงเป็นการสำแดงถึงฤทธิอำนาจทีพระเยซูแต่เพียงผู้เดียวเป็นผู้กระทำยืนยันถึงข้อเท็จจริงทีว่าสิงสารพัดในจักรวาลอยู่ภายใต้สิทธิอำนาจของพระองค์เช่นกัน

นอกจากนี พระเยซูตรัสกับเราในยอห์น 14:12 ว่า “เราบอกความจริงแก่ท่านทังหลายว่าผู้ทีวางใจในเราจะกระทำกิจการซึงเราได้กระทำนันด้วยและเขาจะกระทำกิจทียิงใหญ่กว่านันอีกเพราะว่าเราจะไปถึงพระบิดาของเรา” เมือพระองค์ทรงให้ความมันใจแก่เราเช่นนี ในปัจจุบันการทำงานด้วยฤทธิอำนาจของพระเจ้าอันน่าอัศจรรย์จึงกำลังเกิดขึนทีคริสตจักรมันมินเซ็นทรัลเชิร์ช

ยกตัวอย่าง มีการอัศจรรย์เกียวกับการเปลียนแปลงดินฟ้าอากาศเกิดขึน เมือข้าพเจ้าอธิษฐาน ฝนทีกำลังตกหนักก็หยุดตกในชัวพริบ

ตา เมฆที่ดำทะมึนก็จางหายไป และท้องฟ้าที่ใสกระจ่างกลับเต็มไปด้วยก้อนเมฆในทันที มีตัวอย่างนับไม่ถ้วนเกี่ยวกับสิ่งของที่ไม่มีชีวิตซึ่งเชื่อฟังคำอธิษฐานของข้าพเจ้า มีชายคนหนึ่งเกือบเสียชีวิตเพราะสูดเอาควันพิษคาร์บอนมอนอกไซด์เข้าไปในร่างกายจนหมดสติ ชายคนนี้ฟื้นสติขึ้นมาใหม่หลังจากที่ข้าพเจ้าสั่งให้สารพิษนั้นออกมาจากร่างกายของเขาโดยไม่มีผลข้างเคียงใด ๆ เกิดขึ้นตามมา เมื่อข้าพเจ้าอธิษฐานเผื่อคนที่ถูกน้ำร้อนลวกจนผิวหนังพุพองเสียหายในขั้นที่สามด้วยการสั่งว่า “ความรู้สึกปวดแสบปวดร้อนจงออกไป” บุคคลนั้นก็ไม่รู้สึกปวดแสบปวดร้อนอีกเลย

นอกจากนั้น การทำงานด้วยฤทธิ์อำนาจของพระเจ้าที่อยู่เหนือกาลเวลาและสถานที่กำลังเกิดขึ้นอย่างยิ่งใหญ่และอย่างน่าทึ่งอีกด้วย กรณีของเด็กหญิงซินเธียลูกสาวของศาสนาจารย์วิลสัน จอห์น กิล ศิษยาภิบาลอาวุโสแห่งคริสตจักรแมนมินในประเทศปากีสถานเป็นตัวอย่างที่โดดเด่นมากเป็นพิเศษ เมื่อข้าพเจ้าอธิษฐานวางมือบนภาพถ่ายของซินเธียจากกรุงโซล ประเทศเกาหลี เด็กหญิงที่แพทย์สิ้นหวังในการรักษาก็ได้รับการรักษาให้หายในวินาทีนั้นที่ข้าพเจ้าอธิษฐานเผื่อเธอด้วยระยะทางหลายพันไมล์

ฤทธิ์อำนาจระดับที่สี่เป็นฤทธิ์อำนาจในการรักษาโรค การขับไล่พลังอำนาจแห่งความมืดออกไป การสำแดงหมายสำคัญและการอัศจรรย์ และการสั่งสารพัดให้เชื่อฟัง ฤทธิ์อำนาจในระดับนี้เป็นการสำแดงร่

วมกันของฤทธิ์อำนาจในระดับที่หนึ่ง ที่สอง ที่สาม และที่สี่

ฤทธิ์อำนาจของผู้สูงสุดแห่งการทรงสร้าง

พระคัมภีร์บันทึกถึงการสำแดงฤทธิ์อำนาจของพระเยซูว่าเป็นฤทธิ์อำนาจที่อยู่เหนือระดับที่สี่ ฤทธิ์อำนาจระดับนี้คือฤทธิ์อำนาจของผู้สูงสุดซึ่งเป็นของพระผู้สร้าง การสำแดงฤทธิ์อำนาจนี้อยู่ในระดับที่แตกต่างกันกับการสำแดงฤทธิ์อำนาจของพระเจ้าที่มนุษย์เป็นผู้กระทำ แต่ฤทธิ์อำนาจนี้เกิดจากความสว่างดั้งเดิมที่ปกคลุมอยู่ทั่วไปเมื่อพระเจ้าทรงดำรงโดยพระองค์เอง

ในยอห์นบทที่ 11 พระเยซูตรัสสั่งลาซารัส (ซึ่งเสียชีวิตมาแล้วสี่วันและร่างกายของเขาเริ่มส่งกลิ่นเหม็น) ว่า "ลาซารัสเอ๋ย ออกมาเถิด" จากนั้นผู้ตายก็ออกมา มีผ้าพันมือและเท้าของเขาและที่หน้าก็มีผ้าพันอยู่ด้วย (ข้อ 43-44)

หลังจากที่บุคคลละทิ้งความชั่วร้ายทุกชนิดของตน รับการชำระให้บริสุทธิ์ มีจิตใจเหมือนพระทัยของพระเจ้าพระบิดา และเปลี่ยนเป็นบุคคลฝ่ายวิญญาณ คนนั้นก็จะเข้าสู่มิติฝ่ายวิญญาณ เมื่อเขาเก็บรวบรวมความรู้เกี่ยวกับมิติฝ่ายวิญญาณมากขึ้น เขาก็จะสามารถสำแดงถึงฤทธิ์อำนาจของพระเจ้าสูงกว่าระดับที่สี่ได้เช่นกัน

ในเวลานั้นเขาจะบรรลุถึงฤทธิ์อำนาจในระดับเดียวกันกับฤทธิ์อำนาจที่พระเจ้าเท่านั้นสามารถสำแดงให้ปรากฏได้ นั่นคือ ฤทธิ์อำน

าจของผู้สูงสุดแห่งการทรงสร้าง เมื่อมนุษย์บรรลุถึงฤทธิ์อำนาจระดั
บนี้เขาจะสามารถสำแดงการอัศจรรย์แห่งการทรงสร้างด้วยเช่นกัน เหมือนในช่วงเวลาที่พระเจ้าทรงสร้างสิ่งสารพัดในจักรวาลด้วยคำบัญชาของพระองค์

ยกตัวอย่าง เมื่อเขาสั่งคนตาบอดว่า "จงมองเห็น" คนตาบอดก็จะมองเห็นในทันที เมื่อเขาสั่งคนใบ้ว่า "จงพูด" คนใบ้ก็จะพูดในทันที เมื่อเขาสั่งคนง่อยว่า "จงลุกขึ้น" คนง่อยก็จะลุกขึ้นเดินและวิ่งไป เมื่อเขาสั่ง บาดแผลและอวัยวะในร่างกายที่เสื่อมสภาพก็จะได้รับการรื้อฟื้นขึ้นมาใหม่

สิ่งนี้จะสำเร็จลุล่วงได้ด้วยความสว่างและพระสุรเสียงของพระเจ้าผู้ทรงดำรงอยู่ในฐานะความสว่างและพระสุรเสียงตั้งแต่ก่อนปฐมกาล เมื่อฤทธิ์อำนาจแห่งการทรงสร้างที่ไม่จำกัดซึ่งอยู่ในความสว่างถูกนำออกมาด้วยพระสุรเสียง ความสว่างจะสาดส่องลงมาและการสำแดงฤทธิ์อำนาจจะปรากฏขึ้น ผู้ป่วยในขั้นวิกฤติ โรคภัยและความเจ็บไข้นานาชนิดที่ไม่อาจรักษาให้หายด้วยฤทธิ์อำนาจระดับที่หนึ่ง ที่สอง หรือที่สามจะได้รับการรักษาให้หายด้วยฤทธิ์อำนาจนี้

การรับเอาฤทธิ์อำนาจของพระเจ้าผู้ทรงเป็นความสว่าง

เราจะมีจิตใจเหมือนพระทัยของพระเจ้าผู้ทรงเป็นความสว่าง รับเอาฤทธิ์อำนาจของพระองค์ และนำผู้คนจำนวนมากมาสู่หนทาง

แห่งความรอดได้อย่างไร

อันดับแรก ท่านต้องไม่เพียงแต่หลีกหนีความชั่วร้ายทุกชนิดและรับการชำระให้บริสุทธิ์เท่านั้น แต่ท่านต้องมีจิตใจที่ดีงามและปรารถนาความดีงามขั้นสูงสุดด้วยเช่นกัน

ถ้าท่านไม่มีความคิดมุ่งร้ายหรือความขุ่นเคืองต่อบุคคลที่สร้างความยุ่งยากให้กับชีวิตท่านหรือทำร้ายท่าน ท่านก็เป็นคนมีจิตใจดีงามใช่หรือไม่ หามิได้ แม้จะไม่มีอาการสั่นเทาในจิตใจของท่านหรือไม่มีความรู้สึกขุ่นเคืองและท่านรอคอยและอดกลั้น แต่ในสายพระเนตรของพระเจ้านี่เป็นเพียงความดีงามขั้นแรกเท่านั้น

บุคคลที่มีความดีงามขั้นที่สูงกว่าจะมีวิธีการพูดและการประพฤติที่สามารถเปลี่ยนจิตใจผู้คนที่สร้างความยุ่งยากให้กับชีวิตตนหรือทำร้ายตน คนที่มีความดีงามขั้นสูงสุด (ซึ่งพระเจ้าทรงพอพระทัย) จะสามารถสละชีวิตเพื่อศัตรูของตนได้

พระเยซูทรงสามารถยกโทษผู้คนที่กำลังตรึงพระองค์และทรงสละพระชนม์ชีพของพระองค์เพื่อคนเหล่านั้นเพราะพระองค์มีความดีงามขั้นสูงสุด ทั้งโมเสสและอัครทูตเปาโลพร้อมที่จะสละชีวิตของตนเพื่อผู้คนที่พยายามฆ่าตน เมื่อพระเจ้ากำลังจะทำลายชนชาติอิสราเอลที่ต่อสู้กับพระองค์ด้วยการไหว้รูปเคารพ การบ่นต่อว่า และการแสดงความขุ่นเคืองต่อพระเจ้าแม้คนเหล่านั้นเห็นหมายสำคัญและการอัศจรรย์อันยิ่งใหญ่หลายประการด้วยตาของตน

โมเสสตอบสนองอย่างไร โมเสสทูลวิงวอนกับพระเจ้าว่า "แต่บัดนี้ ขอพระองค์โปรดยกโทษบาปของเขาถ้าหาไม่ขอพระองค์ทรงลบชื่อของข้าพระองค์เสียจากทะเบียนที่พระองค์ทรงจดไว้" (อพยพ 32:32) อัครทูตเปาโลก็เหมือนกัน ท่านกล่าวไว้ในโรม 9:3 ว่า "เพราะถ้าเป็นประโยชน์ข้าพเจ้าปรารถนาจะให้ข้าพเจ้าเองถูกสาปและถูกตัดขาดจากพระคริสต์เพราะเห็นแก่พี่น้องของข้าพเจ้าคือญาติของข้าพเจ้าตามเชื้อชาติ" เปาโลมีความดีงามขั้นสูงสุด ดังนั้นท่านจึงกระทำการอันยิ่งใหญ่ด้วยฤทธิ์อำนาจของพระเจ้าอยู่เสมอ

จากนั้น ท่านต้องมีความรักฝ่ายวิญญาณ

ความรักเริ่มลดน้อยลงในปัจจุบัน แม้คนจำนวนมากในปัจจุบันจะบอกกันและกันว่า "ผมรักคุณ" แต่เมื่อวันเวลาผ่านพ้นไปเราเห็นว่า "ความรัก" นี้เป็นความรักฝ่ายเนื้อหนังที่แปรเปลี่ยนไปตามกาลเวลา ความรักของพระเจ้าเป็นความรักฝ่ายวิญญาณที่สูงส่งขึ้นทุกวันและมีการอธิบายถึงความรักประเภทนี้ไว้โดยละเอียดใน 1 โครินธ์บทที่ 13

อันดับแรก "ความรักนั้นก็อดทนนานและกระทำคุณให้ความรักไม่อิจฉา" (ข้อ 4) องค์พระผู้เป็นเจ้าทรงยกโทษความบาปและความบกพร่องทั้งสิ้นของเราและทรงเปิดหนทางแห่งความรอด

ด้วยการรอคอยผู้คนที่ไม่สมควรได้รับการยกโทษอย่างอดกลั้น เมื่อเราบอกว่าเรามีความรักต่อองค์พระผู้เป็นเจ้าเราด่วนเปิดโปงความบาปและความบกพร่องของพี่น้องชายหญิงของเราหรือไม่ เราด่วนตัดสินและประณามคนอื่นเมื่อเราไม่ชอบบางสิ่งหรือบางคนหรือไม่ เมื่อบางคนมีความเจริญก้าวหน้าในชีวิตเราอิจฉาหรือไม่พอใจเขาหรือไม่

จากนั้น ความรัก "ไม่อวดตัวและไม่หยิ่งผยอง" (ข้อ 4) แม้ภายนอกเราอาจดูเหมือนว่ากำลังถวายเกียรติยศกับพระเจ้า แต่ถ้าจิตใจของเราอยากให้ตนเองเป็นที่รู้จักของคนอื่น โฆษณาตนเอง และชอบมองข้ามหรือชอบสั่งสอนคนอื่นเนื่องจากตำแหน่งหรืออำนาจของตน สิ่งนี้ถือเป็นการอวดตัวและการหยิ่งผยอง

ยิ่งกว่านั้น ความรัก "ไม่หยาบคาย ไม่คิดเห็นแก่ตนเองฝ่ายเดียว ไม่ฉุนเฉียว ไม่ช่างจดจำความผิด" (ข้อ 5) พฤติกรรมที่หยาบคายของเราต่อพระเจ้าและต่อผู้อื่น จิตใจที่เหลาะแหละและความคิดที่แปรปรวน ความพยายามที่จะเป็นใหญ่กว่าคนอื่นแม้ต้องเอาเปรียบเขา ความคิดมุ่งร้าย ความคิดในเชิงลบ การคิดถึงคนอื่นในแง่ร้าย และสิ่งอื่น ๆ ในทำนองนี้ไม่ใช่องค์ประกอบของความรัก

นอกจากนั้น ความรัก "ไม่ชื่นชมยินดีเมื่อมีการประพฤติผิด

แต่ชื่นชมยินดีเมื่อประพฤติชอบ" (ข้อ 6) ถ้าเรามีความรักเราต้องดำเนินและชื่นชมยินดีในความจริง เหมือนที่ 3 ยอห์น 1:4 บอกเราว่า "ไม่มีสิ่งใดที่จะทำให้ข้าพเจ้าปีติยิ่งกว่านี้ คือที่ได้ยินว่าบุตรทั้งหลายของข้าพเจ้าประพฤติตามสัจจธรรม" สัจจธรรม (ความจริง) ต้องเป็นแหล่งของความชื่นชมยินดีและความสุขของเรา

สุดท้าย ความรัก "ทนได้ทุกอย่างแม้ความผิดของคนอื่นและเชื่อในส่วนดีของเขาอยู่เสมอและมีความหวังอยู่เสมอและทนต่อทุกอย่าง" (ข้อ 7) ผู้คนที่รักพระเจ้าอย่างแท้จริงจะรู้จักน้ำพระทัยของพระองค์ ดังนั้นคนเหล่านี้จึงเชื่อในทุกสิ่ง เมื่อผู้คนมองไปข้างหน้าและเชื่อในการเสด็จกลับมาขององค์พระผู้เป็นเจ้า การเป็นขึ้นมาของผู้เชื่อ สวรรค์เบื้องบน นรกเบื้องล่าง และเชื่อในเรื่องอื่น ๆ ในทำนองนี้อย่างจริงจัง คนเหล่านี้จะมีความหวังสำหรับทุกสิ่ง ทนต่อความยากลำบาก และมุ่งทำให้น้ำพระทัยของพระเจ้าสำเร็จ

เพื่อแสดงให้เห็นถึงหลักฐานแห่งความรักของพระองค์ที่มีต่อผู้คนที่เชื่อฟังความจริงในเรื่องต่าง ๆ เช่น ความดีงาม ความรัก และเรื่องอื่น ๆ ที่บันทึกไว้ในพระคัมภีร์ พระเจ้าผู้ทรงเป็นความสว่างจึงประทานฤทธิ์อำนาจของพระองค์เป็นของขวัญแก่คนเหล่านั้น พระองค์ทรงพร้อมที่จะตอบสนองความต้องการและตอบคำอธิษฐานของผู้ที่พยายามเดินอยู่ในความสว่างด้วยเช่นกัน

ด้วยเหตุนี้ เมื่อท่านค้นพบตนเองและฉีกหัวใจของท่านออก ขอให้ท่านได้รับพระพรและคำตอบจากพระเจ้าและเป็นภาชนะที่พร้อมต่อพระพักตร์พระองค์ ขอให้ท่านมีประสบการณ์กับฤทธิ์อำนาจของพระเจ้า ข้าพเจ้าอธิษฐานในพระนามของพระเยซูคริสต์องค์พระผู้เป็นเจ้าของเรา...อาเมน

คำเทศนาตอนที่ 6
ตาของคนที่บอดจะมองเห็น

ยอห์น 9:32-33

ตั้งแต่เริ่มมีโลกมาแล้วไม่เคยมีใครได้ยินว่า
มีผู้ใดทำให้ตาของคนที่บอดแต่กำเนิดมองเห็นได้
ถ้าท่านผู้นั้นไม่ได้มาจากพระเจ้าแล้วก็คงไม่สามารถทำได้

ในกิจการ 2:22 หลังจากได้รับพระวิญญาณบริสุทธิ์ เปโตรผู้เป็นสาวกของพระเยซูกล่าวกับชาวยิวด้วยการอ้างถึงถ้อยคำของผู้เผยพระวจนะโยเอลว่า "ท่านทั้งหลายผู้เป็นชาติอิสราเอล ขอฟังคำของข้าพเจ้า คือพระเยซูชาวนาซาเร็ธเป็นผู้ที่พระเจ้าทรงโปรดชี้แจงให้ท่านทั้งหลายทราบโดยการอิทธิฤทธิ์ การอัศจรรย์และหมายสำคัญต่าง ๆ ซึ่งพระเจ้าได้ทรงกระทำโดยพระองค์นั้นท่ามกลางท่านทั้งหลายดังที่ท่านทราบอยู่แล้ว" การสำแดงฤทธิ์อำนาจ หมายสำคัญ และการอัศจรรย์อันยิ่งใหญ่ของพระเยซูล้วนเป็นหลักฐานยืนยันว่าพระเยซูที่ถูกชาวยิวจับไปตรึงทรงเป็นพระเมสสิยาห์อย่างแท้จริงซึ่งพระคัมภีร์เดิมได้ทำนายถึงการเสด็จของพระองค์ไว้ล่วงหน้า

นอกจากนี้ เปโตรยังสำแดงถึงฤทธิ์อำนาจของพระเจ้าเช่นกันหลังจากท่านได้รับฤทธิ์อำนาจจากพระวิญญาณบริสุทธิ์ ท่านรักษาคนง่อยที่นั่งขอทานให้หาย (กิจการ 3:8) และผู้คนหามคนเจ็บป่วยออกไปที่ถนนวางบนที่นอนและแคร่เพื่อว่าเมื่อเปโตรเดินผ่านไปอย่างน้อยเงาของท่านจะได้ถูกเขาบางคน (กิจการ 5:15)

เนื่องจากฤทธิ์อำนาจคือหลักฐานยืนยันว่าพระเจ้าทรงสถิตอยู่กับคนที่สำแดงฤทธิ์อำนาจของพระองค์และเป็นวิธีการเพาะบ่มเมล็ดพันธุ์แห่งความเชื่อไว้ในจิตใจของคนที่ยังไม่เชื่อที่ได้ผลที่สุด พระเจ้าจึงประทานฤทธิ์อำนาจให้กับคนที่พระองค์ทรงเห็นว่าเหมาะสม

พระเยซูทรงรักษาชายตาบอดแต่กำเนิด

เรื่องราวในยอห์นบทที่ 9 เริ่มต้นขึ้นเมื่อพระเยซูเสด็จดำเนินมาพบชายตาบอดแต่กำเนิดคนหนึ่ง สาวกของพระเยซูอยากรู้ว่าเพราะเหตุใดชายคนนี้จึงไม่เห็นตั้งแต่เกิด "พระอาจารย์เจ้าข้า ใครได้ทำผิดบาป ชายคนนี้หรือบิดามารดาของเขา เขาจึงเกิดมาตาบอด" (ข้อ 2) พระเยซูตรัสตอบสาวกโดยชี้ให้เขาเห็นว่าการที่ชายคนนี้เกิดมาตาบอดก็เพื่อพระราชกิจของพระเจ้าจะปรากฏในชีวิตของเขา (ข้อ 3) จากนั้นพระองค์ทรงบ้วนพระเขฬะลงที่ดินแล้วทรงเอาพระเขฬะนั้นทำเป็นโคลนทาที่ตาของคนตาบอดพร้อมกับตรัสสั่งคนตาบอดนั้นว่า "จงไปล้างโคลนออกเสียในสระสิโลอัมเถิด" (ข้อ 6-7) เมื่อชายคนนั้นเชื่อฟังและไปล้างตาในสระสิโลอัม ตาของเขาก็มองเห็น

แม้ว่าพระเยซูทรงรักษาผู้คนมากมายในพระคัมภีร์ แต่การรักษาชายตาบอดคนนี้แตกต่างจากการรักษาคนอื่นอยู่ข้อหนึ่ง นั่นคือชายคนนี้ไม่ได้ทูลขอการรักษาจากพระเยซู ตรงกันข้าม พระเยซูเสด็จมาพบชายคนนั้นและทรงรักษาเขาให้หาย

ถ้าเช่นนั้น เพราะเหตุใดชายที่เกิดมาตาบอดคนนี้จึงได้รับพระคุณอย่างบริบูรณ์เช่นนั้น

ประการแรก ชายคนนี้เชื่อฟัง

สำหรับบุคคลทั่วไป การกระทำของพระเยซู—เช่น การบ้วนน้ำลายลงบนพื้น การทำโคลน การทาโคลนที่ตาของชายตาบอด และการบอกให้ชายคนนั้นไปล้างตาที่สระสิโลอัม—เป็นสิ่งที่เข้าใจได้ยาก โดยสามัญสำนึกคงไม่มีใครเชื่อว่าตาของคนตาบอดแต่กำเนิดจะมองเห็นหลังจากใช้โคลนทาที่ตาแล้วใช้น้ำล้างโคลนนั้นออก นอกจากนี้ ถ้าคนที่ได้ยินคำสั่งดังกล่าวไม่รู้ว่าพระเยซูคือใคร เขาและคนส่วนใหญ่คงไม่เพียงแต่จะไม่เชื่อเท่านั้น แต่คนเหล่านั้นคงจะรู้สึกโกรธด้วยเช่นกัน แต่ชายคนนี้ไม่ได้ทำเช่นนั้น เมื่อพระเยซูตรัสสั่ง ชายคนนี้เชื่อฟังและล้างตาของตนออกที่สระสิโลอัม ในที่สุดตาของเขาที่เคยบอดมาตั้งแต่กำเนิดก็เริ่มมองเห็นเป็นครั้งแรก

ถ้าท่านคิดว่าพระคำของพระเจ้าไม่สอดคล้องกับสามัญสำนึกหรือประสบการณ์ของมนุษย์ จงพยายามเชื่อฟังพระคำด้วยใจถ่อมเหมือนชายตาบอดแต่กำเนิดคนนั้น จากนั้นพระคุณของพระเจ้าจะหลั่งไหลลงมาเหนือท่านและท่านจะมีประสบการณ์อย่างอัศจรรย์เหมือนกับชายตาบอดคนนั้นด้วยเช่นกัน

ประการที่สอง ตาฝ่ายวิญญาณของชายตาบอดเปิดออกซึ่งทำให้เขาสามารถแยกความจริงจากความเท็จ

จากคำสนทนาของชายคนนั้นกับชาวยิวหลังจากเขาได้รับการรักษาให้หายเราสามารถบอกได้ว่าแม้ตาฝ่ายร่างกายของเขาจะบอด

สนิท แต่เขาก็ยังสามารถแยกแยะสิ่งที่ถูกและสิ่งที่ผิดด้วยความดีงามแห่งจิตใจของเขา ในทางตรงกันข้าม ชาวยิวกลับเป็นคนที่ตาบอดฝ่ายวิญญาณซึ่งฝังตนเองไว้ในกรอบของธรรมบัญญัติ เมื่อชาวยิวสอบถามเขาเกี่ยวกับรายละเอียดของการรักษา ชายที่เคยตาบอดแต่กำเนิดคนนั้นตอบคนเหล่านั้นอย่างกล้าหาญว่า "ชายคนหนึ่งชื่อเยซูได้ทำโคลนทาตาของข้าพเจ้าและบอกข้าพเจ้าว่า 'จงไปที่สระสิโลอัมแล้วล้างโคลนออกเสีย' ข้าพเจ้าก็ได้ไปล้างตาจึงมองเห็นได้" (ข้อ 11)

เมื่อชาวยิวสอบสวนชายที่เคยตาบอดคนนั้นด้วยความไม่เชื่อว่า "เจ้าคิดอย่างไรเรื่องคนนั้นในเมื่อเขาได้ทำให้ตาของเจ้าหายบอด" ชายคนนั้นตอบว่า "ท่านเป็นผู้เผยพระวจนะ" (ข้อ 17) ชายคนนั้นคิดว่าถ้าพระเยซูมีฤทธิ์อำนาจมากพอที่จะรักษาคนตาบอดได้พระองค์ต้องเป็นคนของพระเจ้า สิ่งที่น่าเย้ยหยันก็คือชาวยิวบอกกับคนที่เคยตาบอดนั้นว่า "จงสรรเสริญพระเจ้าเถิด เรารู้อยู่ว่าชายคนนั้นเป็นคนบาป" (ข้อ 24)

คำกล่าวอ้างของคนเหล่านั้นไม่มีเหตุผลเลย พระเจ้าไม่ทรงตอบคำอธิษฐานของคนบาปและพระองค์ไม่ประทานฤทธิ์อำนาจให้กับคนบาปเพื่อเขาจะทำให้คนตาบอดมองเห็นและถวายสง่าราศีแด่พระองค์ แม้ชาวยิวไม่เชื่อและไม่เข้าใจในเรื่องนี้ แต่ชายที่เคยตาบอดคนนั้นยังคงกล่าวด้วยความกล้าหาญอย่างต่อเนื่องว่า "พวกเรารู้ว่าพระเจ้ามิได้ฟังคนบาป แต่ถ้าผู้ใดยำเกรงพระเจ้าและกระทำตามพระทัยพระองค์ พระองค์ก็ทรงฟังผู้นั้น ตั้งแต่เริ่มมีโลกมาแล้วไม่เคยมีใค

รได้ยินว่ามีผู้ใดทำให้ตาของคนที่บอดแต่กำเนิดมองเห็นได้ ถ้าท่านผู้นั้นไม่ได้มาจากพระเจ้าแล้วก็คงไม่สามารถทำได้" (ข้อ 31-33)

เพราะตั้งแต่การสร้างโลกเป็นต้นมายังไม่เคยมีใครทำให้คนตาบอดมองเห็น ใครก็ตามที่ได้ยินข่าวเกี่ยวกับชายคนนี้คงต้องชื่นชมยินดีและเฉลิมฉลองร่วมกับเขา ตรงกันข้าม ชาวยิวกลับปลุกเร้าให้เกิดอารมณ์แห่งการพิพากษาตัดสิน การประณาม และการเป็นปฏิปักษ์ขึ้นในท่ามกลางคนเหล่านั้น เนื่องจากชาวยิวมีความโง่เขลาฝ่ายวิญญาณคนเหล่านั้นจึงมองเห็นกงจักรเป็นดอกบัวโดยคิดว่างานของพระเจ้าเป็นการต่อต้านพระองค์ แต่พระคัมภีร์บอกเราว่าพระเจ้าเท่านั้นสามารถเปิดตาของคนตาบอด

สดุดี 146:8 บอกเราว่า "พระเจ้าทรงเบิกตาของคนตาบอด พระเจ้าทรงยกคนที่ตกต่ำให้ลุกขึ้น พระเจ้าทรงรักคนชอบธรรม" ในขณะที่อิสยาห์ 29:18 กล่าวว่า "ในวันนั้น คนหูหนวกจะได้ยินถ้อยคำของหนังสือและตาของคนตาบอดจะเห็นออกมาจากความคลุ้มและความมืดของเขา" อิสยาห์ 35:5 บอกเราว่า "แล้วนัยน์ตาของคนตาบอดจะเปิดออก แล้วหูของคนหูหนวกจะเบิก" คำว่า "ในวันนั้น" และคำว่า "แล้ว" ในพระคัมภีร์ข้อเหล่านี้หมายถึงช่วงเวลาที่พระเยซูเสด็จมาและทรงเปิดตาของคนตาบอด

แม้จะมีพระคัมภีร์หลายตอนและมีเครื่องเตือนใจอยู่มากมายก็ตาม แต่ชาวยิวก็ยังไม่เชื่อในพระราชกิจของพระเจ้าที่สำแดงผ่านทางพระเยซูเพราะเขาติดยึดอยู่กับกรอบและความชั่วร้ายของตน

ตรงกันข้าม ชาวยิวคนเหล่านั้นกลับกล่าวโจมตีพระเยซูว่าเป็นคนบาปที่ไม่เชื่อฟังพระคำของพระเจ้า แม้ชายที่เคยตาบอดคนนั้นไม่มีความรู้ในเรื่องธรรมบัญญัติมากนัก แต่ด้วยจิตสำนึกที่ดีของตนชายคนนั้นรู้จักความจริงที่ว่าพระเจ้าไม่ทรงฟังเสียงของคนบาป ชายคนนั้นยังรู้เช่นกันว่าพระเจ้าเท่านั้นที่สามารถทำให้คนตาบอดมองเห็น ประการที่สาม หลังจากได้รับพระคุณจากพระเจ้า ชายที่เคยตาบอดคนนั้นมาหาองค์พระผู้เป็นเจ้าและตัดสินใจที่จะมีชีวิตใหม่

จนถึงวันนี้ ข้าพเจ้ายังคงเห็นตัวอย่างของผู้คนจำนวนมากที่เกือบเสียชีวิตและต่อมาได้รับการรักษาและคำตอบต่อปัญหาต่าง ๆ ในชีวิตของตนที่คริสตจักรมันมินเซ็นทรัลเชิร์ช แต่ข้าพเจ้าเศร้าใจกับผู้คนที่เปลี่ยนไปหลังจากเขาได้รับพระคุณของพระเจ้ารวมทั้งคนอื่น ๆ ที่ละทิ้งความเชื่อของตนและหันกลับไปสู่วิถีของโลก เมื่อชีวิตของเขาตกอยู่ในความเจ็บปวดและความทุกข์ระทม คนเหล่านี้เคยร้องคร่ำครวญอธิษฐานด้วยน้ำตาว่า "ผม/ดิฉันจะอยู่เพื่อองค์พระผู้เป็นเจ้าหลังจากหายโรค" แต่เมื่อเขาได้รับการรักษารวมทั้งพระพรจากพระเจ้าเขากลับละทิ้งพระคุณและหลงไปจากความจริงเพื่อมุ่งหาผลประโยชน์ของตนเอง แม้ปัญหาด้านร่างกายของคนเหล่านี้ได้รับการแก้ไข แต่ก็เปล่าประโยชน์เพราะวิญญาณจิตของเขาได้เหินห่างไปจากหนทางแห่งความรอดและกำลังมุ่งหน้าไปสู่นรก

ชายที่เคยตาบอดคนนี้มีจิตใจที่ดีงามซึ่งทำให้เขาไม่ละทิ้งพระคุณ เพราะเหตุนี้เมื่อเขาพบกับพระเยซู ชายคนนั้นไม่เพียงแต่หายจ

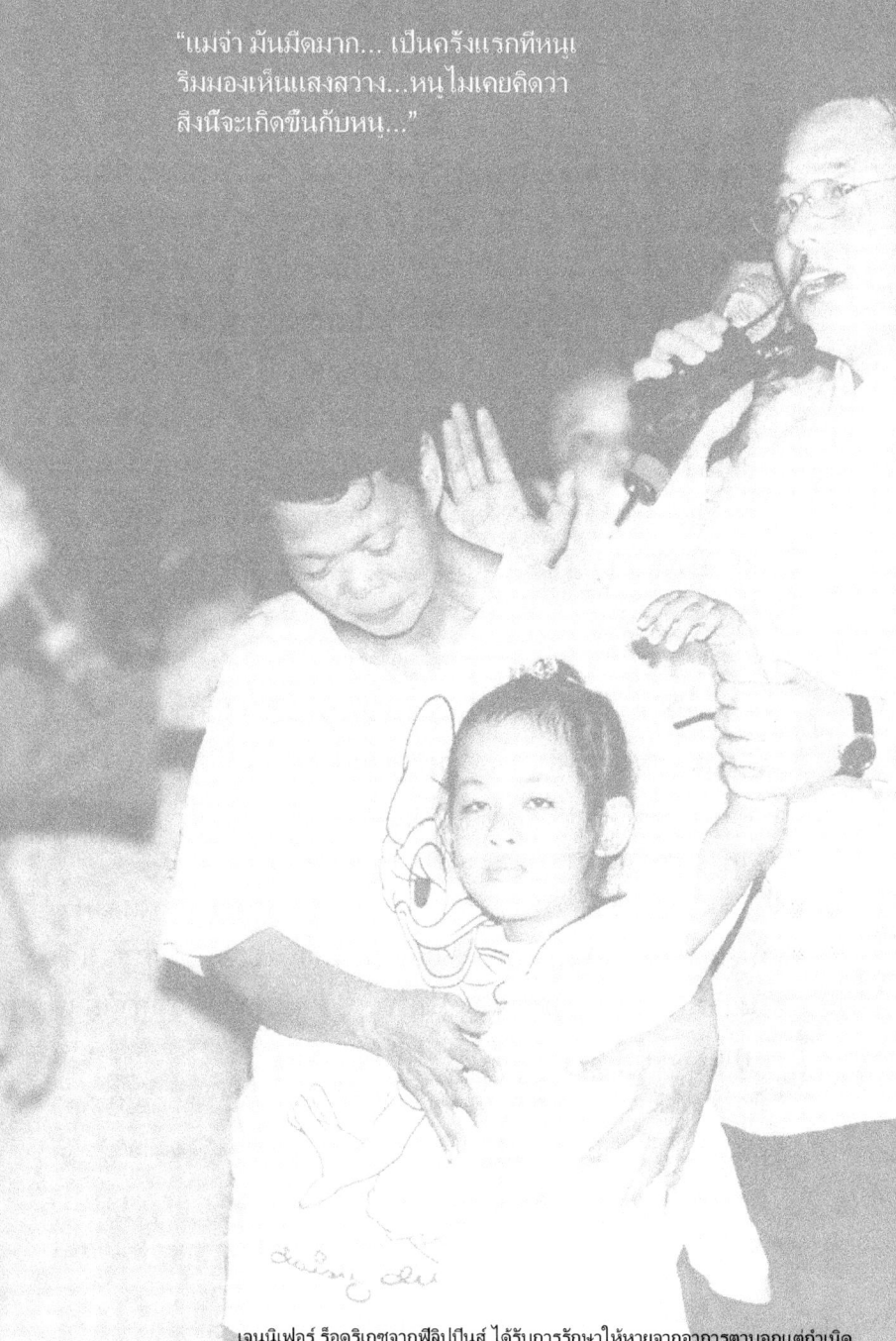

"แม่จ๋า มันมืดมาก... เป็นครั้งแรกที่หนูเริ่มมองเห็นแสงสว่าง...หนูไม่เคยคิดว่าสิ่งนี้จะเกิดขึ้นกับหนู..."

เจนนิเฟอร์ ร็อดริเกซจากฟิลิปปินส์ ได้รับการรักษาให้หายจากอาการตาบอดแต่กำเนิด มองเห็นครั้งแรกในระยะเวลาแปดปี

ากอาการตาบอดเท่านั้น แต่เขายังมีความมั่นใจในพระพรแห่งความรอดด้วยเช่นกัน เมื่อพระเยซูตรัสถามเขาว่า "เจ้าวางใจในบุตรมนุษย์หรือ" ชายคนนั้นทูลตอบว่า "ท่านเจ้าข้า ผู้ใดเป็นบุตรมนุษย์ซึ่งข้าพเจ้าจะวางใจในพระองค์ได้" (ข้อ 35-36) เมื่อพระเยซูตรัสตอบว่า "เจ้าได้เห็นท่านแล้ว ท่านผู้นั้นเองที่กำลังพูดอยู่กับเจ้า" ชายคนนั้นจึงทูลว่า "พระองค์เจ้าข้า ข้าพระองค์วางใจ" (ข้อ 37-38) ชายคนนั้นไม่เพียงแค่ "เชื่อ" แต่เขายอมรับว่าพระเยซูทรงเป็นพระคริสต์ด้วยเช่นกัน นี่เป็นการยอมรับที่หนักแน่นซึ่งเขาตัดสินใจติดตามองค์พระผู้เป็นเจ้าและมีชีวิตอยู่เพื่อพระองค์แต่ผู้เดียว

พระเจ้าทรงปรารถนาให้เราทุกคนมาหาพระองค์ด้วยจิตใจแบบนี้ พระองค์ทรงต้องการให้เราแสวงหาพระองค์ไม่ใช่เพียงเพราะว่าพระองค์ทรงรักษาโรคของเราให้หายและทรงอวยพระพรเรา พระเจ้าทรงปรารถนาให้เราเข้าใจถึงความรักที่แท้จริงของพระองค์ซึ่งพระองค์ทรงประทานพระบุตรองค์เดียวของพระองค์เพื่อเราและทรงต้องการให้เราต้อนรับเอาพระเยซูเป็นพระผู้ช่วยให้รอดของเรา ยิ่งกว่านั้น เราต้องรักพระองค์ไม่ใช่ด้วยริมฝีปากของเราเท่านั้นแต่รักพระองค์ด้วยการกระทำตามพระคำของพระเจ้าด้วยเช่นกัน พระองค์ตรัสกับเราใน 1 ยอห์น 5:3 ว่า "เพราะนี่แหละเป็นความรักต่อพระเจ้า คือที่เราทั้งหลายประพฤติตามพระบัญญัติของพระองค์ และพระบัญญัติของพระองค์นั้นไม่เป็นภาระ" ถ้าเรารักพระเจ้าอย่างแท้จริงเราต้องละทิ้งความชั่วทุกชนิดที่อยู่ภายในเราและเดินอยู่ใน

"หัวใจของหนูนำหนูไปยังสถานที่แห่งนั้น... หนูเพียงแต่อยากได้รับพระคุณ... พระเจ้าประทานของขวัญชิ้นใหญ่ให้หนู สิ่งที่ทำให้หนูเป็นสุขมากกว่าการมองเห็นคือการที่หนูได้พบกับพระเจ้าผู้ทรงพระชนม์อยู่"

มาเรียจากฮอนดูรัส ที่สูญเสียการมองเห็นตั้งแต่อายุสองขวบ เธอมองเห็นอีกครั้งหนึ่งหลังจากรับเอาคำอธิษฐานของดร.แจร็อก ลี

ความสว่างทุกวัน

เมื่อเราทูลขอสิ่งใดจากพระเจ้าด้วยความเชื่อและความรักประเภทนี้ พระองค์จะไม่ทรงตอบเราได้อย่างไร พระเยซูทรงสัญญากับเราในมัทธิว 7:11 ว่า "เหตุฉะนั้น ถ้าท่านทั้งหลายเองผู้เป็นคนบาปยังรู้จักให้ของดีแก่บุตรของตน ยิ่งกว่านั้นสักเท่าใดพระบิดาของท่านผู้ทรงสถิตในสวรรค์จะประทานของดีแก่ผู้ที่ขอต่อพระองค์" จงเชื่อเถิดว่าพระเจ้าพระบิดาของเราจะทรงตอบคำอธิษฐานบุตรที่รักของพระองค์

ด้วยเหตุนี้ ไม่ว่าท่านจะเข้ามาหาพระเจ้าด้วยโรคภัยไข้เจ็บหรือปัญหาชนิดใดก็ตาม ถ้าท่านกล่าวออกมาจากส่วนลึกแห่งจิตใจของท่านว่า "พระองค์เจ้าข้า ข้าพระองค์เชื่อ" และแสดงออกถึงการกระทำแห่งความเชื่อของท่าน องค์พระผู้เป็นเจ้าผู้ทรงรักษาชายตาบอดแต่กำเนิดคนนั้นจะทรงรักษาโรคภัยทุกชนิด เปลี่ยนสิ่งที่เป็นไปไม่ได้ให้เป็นไปได้ และแก้ปัญหาทุกอย่างในชีวิตของท่านเช่นกัน

ภารกิจของการทำให้คนตาบอดมองเห็น
ที่คริสตจักรมันมินเซ็นทรัลเชิร์ช

นับตั้งแต่การก่อตั้งในปี 1982 เป็นต้นมาคริสตจักรแมนมินได้ถวายเกียรติยศแด่พระเจ้าอย่างยิ่งใหญ่ผ่านภารกิจของการทำให้คนตาบอดจำนวนมากมองเห็น หลายคนที่ตาบอดแต่กำเนิดสามารถม

"หมอบอกผมว่าอีกไม่นานผมจะตาบอด... สิ่งต่าง ๆ เริ่มเลือนลาง... ขอบคุณพระเจ้าที่ให้ความสว่างแก่ข้าพระองค์... ข้าพระองค์เฝ้ารอคอยพระองค์..."

ศจ.ริคาร์โด้ โมราเลซจากฮอนดูรัส ท่านเกือบตาบอดหลังจากได้รับอุบัติเหตุ แต่มองเห็นได้อีกครั้งหนึ่ง

องเห็นหลังจากการอธิษฐาน ผู้คนที่สายตาเสื่อมสภาพลงและต้องพึ่งพาแว่นสายตาหรือเลนส์สายตาได้รับการฟื้นฟูสภาพขึ้นมาใหม่ ต่อไปนี้เป็นตัวอย่างบางส่วนจากบรรดาคำพยานที่น่าอัศจรรย์ใจจำนวนมากมายมหาศาล

เมื่อข้าพเจ้าจัดการประชุมเพื่อการประกาศในประเทศฮอนดูรัสในเดือนกรกฎาคม 2002 มีเด็กผู้หญิงอายุ 12 ปีคนหนึ่งชื่อมาเรียซึ่งตาด้านขวาของเธอบอดหลังจากมีอาการไข้ขึ้นสูงเมื่อเธออายุ 2 ขวบ พ่อแม่ของเธอพยายามทำทุกวิถีทางเพื่อช่วยให้เธอมองเห็นได้อีกแต่ก็ไม่เป็นผล แม้แต่การผ่าตัดเปลี่ยนถ่ายกระจกตาที่มาเรียได้รับก็ไม่มีประโยชน์ ในช่วงเวลาสิบปีหลังจากความล้มเหลวของการผ่าตัดเปลี่ยนถ่ายกระจก ตาด้านขวาของเธอของมาเรียมองไม่เห็นแม้กระทั่งแสงสว่าง

จากนั้นในปี 2002 มาเรียเข้าร่วมในการประชุมเพื่อการประกาศด้วยความปรารถนาอย่างแท้จริงที่จะได้รับพระคุณของพระเจ้าซึ่งในการประชุมครั้งนี้เธอรับเอาคำอธิษฐานและเริ่มมองเห็นแสงสว่าง ไม่นานสายตาของเธอก็ได้รับการฟื้นฟูสภาพขึ้นมาใหม่ เส้นประสาทตาด้านขวาที่เสื่อมและตายสนิทถูกสร้างขึ้นใหม่ด้วยฤทธิ์อำนาจของพระเจ้า นั่นคือการอัศจรรย์ ผู้คนจำนวนมหาศาลในประเทศฮอนดูรัสต่างก็เฉลิมฉลองและเปล่งเสียงร้องว่า "พระเจ้าทรงพระชนม์อยู่จริงและทรงกระทำการของพระองค์อยู่ในวันนี้"

ตาของศิษยาภิบาลริคาร์โด้ โมราเลสเกือบบอด แต่ก็ได้รับการรั
กษาจนหายสนิทด้วยน้ำจืดจากเมืองมวน เจ็ดปีก่อนการประชุมเพื่อ
การประกาศในประเทศฮอนดูรัสศิษยาภิบาลริคาร์โด้ได้รับอุบัติเหตุ
ซึ่งทำให้เยื่อชั้นในสุดของลูกตาของท่านได้รับความเสียหายอย่างรุ
นแรงและท่านทนทุกข์กับอาการเลือดจำนวนมากที่ไหลออกจากตา
หมอบอกกับศิษยาภิบาลริคาร์โด้ว่าการมองเห็นของท่านจะค่อย ๆ
ลดลงและในที่สุดตาของท่านจะบอด ถึงกระนั้น ท่านก็ได้รับการรัก
ษาในวันแรกของการประชุมสัมมนาสำหรับผู้นำคริสตจักรฮอนดูรั
สในปี 2002 ศิษยาภิบาลริคาร์โด้ใช้น้ำจืดจากเมืองมวนทาที่ตาของ
ท่านหลังจากได้ยินพระคำของพระเจ้า สิ่งที่ทำให้ท่านประหลาดใจก็
คือไม่กี่นาทีต่อมาท่านเริ่มมองเห็นวัตถุสิ่งของชัดเจนมากขึ้นเรื่อย
ๆ ครั้งแรกศิษยาภิบาลริคาร์โด้ไม่เชื่อเพราะท่านไม่คาดหวังว่าการ
รักษาจะเกิดขึ้นในลักษณะนั้น ในเย็นวันนั้น ศิษยาภิบาลริคาร์โด้เข้
าร่วมการประชุมเพื่อการประกาศคืนแรกพร้อมกับสวมแว่นตา
ในทันใดนั้น กระจกเลนส์แว่นตาของท่านก็หลุดออกมาและท่านได้
ยินพระสุรเสียงของพระวิญญาณบริสุทธิ์ตรัสว่า "ถ้าเจ้าไม่ถอดแว่น
ตาออกในเวลานี้ตาของเจ้าจะบอด" จากนั้นศิษยาภิบาลริคาร์โด้ก็ถอ
ดแว่นตาของท่านออกและรู้ว่าท่านสามารถมองเห็นสิ่งต่าง ๆ
ได้อย่างชัดเจน นัยน์ตาของท่านได้รับการฟื้นฟูสภาพขึ้นใหม่และศิ
ษยาภิบาลริคาร์โด้ถวายเกียรติยศอย่างยิ่งใหญ่แด่พระเจ้า

มีชายหนุ่มคนหนึ่งชื่อคอมโบที่คริสตจักรแมนมินในกรุงไนโรบี
ประเทศเคนย่า เขาเคยเดินไปเยี่ยมบ้านเกิดของตนครั้งหนึ่งซึ่งอยู่ห่

างจากคริสตจักรออกไปประมาณ 400 กิโลเมตร (ประมาณ 250 ไมล์) ในระหว่างการเดินทางเยี่ยมบ้านเขาได้ประกาศพระกิตติคุณกับครอบครัวของตนและบอกคนเหล่านั้นเกี่ยวกับการทำงานด้วยฤทธิ์อำนาจของพระเจ้าอย่างอัศจรรย์ที่เกิดขึ้นในคริสตจักรมันมินเซ็นทรัลเชิร์ชในกรุงโซล เขาอธิษฐานเผื่อคนในครอบครัวโดยใช้ผ้าเช็ดหน้าที่ข้าพเจ้าอธิษฐานเจิมเอาไว้ คอมโบยังมอบปฏิทินที่จัดพิมพ์ขึ้นโดยคริสตจักรให้กับครอบครัวของเขาด้วยเช่นกัน

หลังจากได้ยินหลานชายของเธอประกาศพระกิตติคุณ ย่าของคอมโบคิดกับตนเองด้วยความปรารถนาอย่างแรงกล้าว่า "ฉันก็อยากเห็นรูปของดร.แจร็อก ลีเช่นกัน" เมื่อเธอยกปฏิทินของคริสตจักรขึ้นด้วยมือสองข้างของเธอ สิ่งที่เกิดขึ้นตามมาเป็นการอัศจรรย์อย่างแท้จริง ทันทีที่คุณย่าของคอมโบเปิดปฏิทินออก นัยน์ตาของเธอก็เปิดออกและเธอสามารถมองเห็นรูปภาพ ฮาเลลูย่า ครอบครัวของคอมโบมีประสบการณ์ส่วนตัวกับการทำงานด้วยฤทธิ์อำนาจของพระเจ้าซึ่งทำให้คนตาบอดมองเห็นและคนเหล่านั้นเชื่อในพระเจ้าผู้ทรงพระชนม์อยู่ นอกจากนี้ เมื่อข่าวนี้แพร่สะพัดออกไปในหมู่บ้าน ผู้คนในหมู่บ้านเรียกร้องให้ก่อตั้งคริสตจักรสาขาขึ้นในหมู่บ้านของเขาเช่นกัน

จากการทำงานด้วยฤทธิ์อำนาจของพระเจ้าที่เกิดขึ้นมากมายทั่วโลกส่งผลให้มีคริสตจักรสาขาของแมนมินเกิดขึ้นหลายพันคริสตจักรทั่วโลกในเวลานี้และพระกิตติคุณเรื่องความบริสุทธิ์กำลังถูกประกา

ศออกไปจนถึงที่สุดปลายแผ่นดินโลก เมื่อท่านยอมรับและเชื่อในการทำงานด้วยฤทธิ์อำนาจของพระเจ้าท่านก็สามารถเป็นผู้รับมรดกแห่งพระพรของพระองค์ด้วยเช่นกัน

แทนที่ผู้คนจะชื่นชมยินดีและถวายเกียรติแด่พระเจ้าร่วมกัน หลายคนในปัจจุบันกลับพิพากษา ประณาม และพูดต่อต้านการทำงานของพระวิญญาณบริสุทธิ์เหมือนที่เคยเกิดขึ้นในสมัยของพระเยซู เราต้องรู้ว่าการกระทำเช่นนั้นเป็นความบาปที่น่าสยดสยองเหมือนที่พระเยซูตรัสกับเราอย่างเจาะจงในมัทธิว 12:31-32 ว่า "เพราะฉะนั้นเราบอกท่านทั้งหลายว่าความผิดบาปและคำหมิ่นประมาททุกอย่างจะโปรดยกให้มนุษย์ได้ เว้นแต่คำหมิ่นประมาทพระวิญญาณบริสุทธิ์จะทรงโปรดยกให้มนุษย์ไม่ได้ ผู้ใดจะกล่าวร้ายบุตรมนุษย์จะโปรดยกให้ผู้นั้นได้ แต่ผู้ใดจะกล่าวร้ายพระวิญญาณบริสุทธิ์จะทรงโปรดยกให้ผู้นั้นไม่ได้ ทั้งยุคนี้ยุคหน้า"

เพื่อจะไม่ขัดขวางการทำงานของพระวิญญาณบริสุทธิ์แต่เพื่อให้มีประสบการณ์กับการทำงานอย่างอัศจรรย์ด้วยฤทธิ์อำนาจของพระเจ้า เราต้องยอมรับและปรารถนาการทำงานของพระองค์เหมือนชายตาบอดในยอห์นบทที่ 9 บางคนจะมีประสบการณ์กับการทำงานด้วยฤทธิ์อำนาจของพระเจ้าในขณะที่บางคนจะไม่มีประสบการณ์ดังกล่าวทั้งนี้ขึ้นอยู่กับว่าคนเหล่านั้นเป็นภาชนะที่พร้อมจะรับเอาคำตอบด้วยความเชื่อมากน้อยเพียงใด

สดุดี 18:25-26 บอกเราว่า “พระองค์ทรงสำแดงความรักมันคงต่อผู้ทีจงรักภักดี พระองค์ทรงสำแดงพระองค์อย่างไร้ตำหนิต่อผู้ไร้ตำหนิ พระองค์ทรงสำแดงพระองค์บริสุทธิ์ต่อผู้ทีบริสุทธิ์ พระองค์ทรงสำแดงพระองค์เป็นปฏิปักษ์ต่อผู้ทีคดโกง” ขอให้ท่านแต่ละคนเป็นผู้รับมรดกแห่งพระพรของพระเจ้าด้วยการเชือในพระองค์ผู้ทรงตอบแทนทุกคนตามการกระทำของเขาและด้วยการสำแดงออกถึงการกระทำแห่งความเชือของท่าน ข้าพเจ้าอธิษฐานในพระนามของพระเยซูคริสต์องค์พระผู้เป็นเจ้าของเรา...อาเมน

คำเทศนาตอนที่ 7

ผู้คนลุกขึ้นยืน กระโดด และเดินไป

มาระโก 2:3-12

แล้วมีคนนำคนง่อยคนหนึ่งมาหาพรองค์มีสี่คนหาม เมื่อเขาเข้าไปให้ถึงพรองค์ไม่ได้เพราะคนมาก เขาจึงรื้อดาดฟ้าหลังคาตรงที่พรองค์ประทับนั้น แสะเมื่อรื้อเป็นช่องแล้วเขาก็หย่อนแคร่ที่คนง่อยนอนอยู่ เมื่อพระเยซูทรงเห็นความเชื่อของเขาทั้งหลาย พรองค์จึงตรัสกับคนง่อยว่า "ลูกเอ๋ย บาปของเจ้าได้รับอภัยแล้ว" แต่มีพวกธรรมาจารย์บางคนนั่งอยู่ที่นั่นแสะขาคิดในใจว่า "ทำไมคนนี้พูดเช่นนี้ หมิ่นประมาทพระจ้านี่ ใครจะยกความผิดบาปได้เว้นแต่พระจ้าเท่านั้น" แสะในทันใดนั้นเมื่อพระเยซูทรงทราบในพระทัยว่าเขาคิดในใจอย่างนั้น จึงตรัสแก่เขาว่า "เหตุไฉนท่านทั้งหลายจึงคิดในใจอย่างนี้เล่า ที่จะว่ากับคนง่อยว่า 'บางทั้งปวงของเจ้าได้รับอภัยแล้ว' แสะว่า 'จงยกแคร่เดินไปเถิด' นั้นข้างไหนจะง่ายกว่ากัน แต่เพื่อท่านทั้งหลายจะได้รู้ว่าบุตรมนุษย์มีสิทธิอำนาจในโลกที่จะโปรดยกความผิดบาปได้" พรองค์จึงตรัสสั่งคนง่อยว่า "เราสั่งเจ้าว่าจงลุกขึ้นยกแคร่ไปบ้านของเจ้าเถิด" คนง่อยได้ลุกขึ้นแล้วก็ยกแคร่ของตนเดินออกไปต่อหน้าคนทั้งปวง คนทั้งปวงก็ประหลาดใจจึงสรรเสริญพระเจ้าว่า "เราไม่เคยเห็นเช่นนี้เลย"

พระคัมภีร์บอกเราว่าในช่วงสมัยของพระเยซูคนเป็นอัมพาตหรือคนง่อยจำนวนมากได้รับการรักษาให้หายอย่างสมบูรณ์และถวายเกียรติยศแด่พระเจ้าอย่างยิ่งใหญ่ เหมือนที่พระเจ้าทรงสัญญากับเราในอิสยาห์ 35:6 ว่า “แล้วคนง่อยจะกระโดดได้อย่างกวางและลิ้นของคนใบ้จะร้องเพลงด้วยความชื่นบาน” และในอิสยาห์ 49:8 ว่า “ในเวลาโปรดปราน เราตอบเจ้าแล้ว ในวันแห่งความรอดเราได้ช่วยเจ้า เราได้ดูแลเจ้าและมอบให้เจ้าเป็นตัวพันธสัญญาของมนุษยชาติเพื่อสถาปนาแผ่นดินเพื่อจะให้รับที่ร้างเปล่าเป็นมรดก” พระเจ้าไม่เพียงแต่ทรงตอบคำอธิษฐานของเราเท่านั้นแต่พระองค์ทรงนำเราไปสู่ความรอดด้วยเช่นกัน

ปัจจุบันมีการเป็นพยานยืนยันถึงปรากฏการณ์นี้อยู่อย่างไม่ขาดสายที่คริสตจักรแมนมิน

เซนทรัลซึ่งที่คริสตจักรแห่งนี้ผู้ป่วยอัมพาตจำนวนมากเดินได้ลุกขึ้นจากเก้าอี้ล้อเข็น และโยนไม้เท้าของตนทิ้งไปด้วยการทำงานอย่างอัศจรรย์ด้วยฤทธิ์อำนาจของพระเจ้า

คนง่อยในมาระโกบทที่ 2 มาหาพระเยซูด้วยความเชื่อชนิดใดจนทำให้เขาได้รับความรอดและพระพรแห่งคำตอบต่อปัญหาของเขา ข้าพเจ้าขออธิษฐานเผื่อท่านทั้งหลายที่ไม่สามารถเดินได้ในเวลานี้เนื่องจากความเจ็บป่วยให้สามารถลุกขึ้นเดินและวิ่งได้อีกครั้งหนึ่ง

คนง่อยได้ยินข่าวเกี่ยวกับพระเยซู

ในมาระโกบทที่ 2 เป็นเรื่องราวโดยละเอียดเกี่ยวกับชายง่อยคนหนึ่งที่ได้รับการรักษาจากพระเยซูเมื่อพระองค์เสด็จไปในเมืองคาเปอรนาอุม ชายง่อยผู้ยากไร้คนหนึ่งอาศัยอยู่ในเมืองนั้นซึ่งเขาไม่สามารถลุกขึ้นนั่งได้ถ้าไม่ได้รับความช่วยเหลือจากคนอื่นและเหตุผลเดียวที่เขามีชีวิตอยู่ก็เพราะเขาไม่สามารถทำให้ตนเองเสียชีวิตได้นั่นเอง แต่วันนี้เขาได้ยินข่าวเกี่ยวกับพระเยซูผู้ทรงสามารถทำให้คนตาบอดมองเห็น คนง่อยเดินได้ ขับผีออก และรักษาผู้ป่วยด้วยโรคนานาชนิดให้หาย เพราะชายง่อยคนนี้มีจิตใจที่ดีงาม เมื่อเขาได้ยินข่าวเกี่ยวกับพระองค์เขาจึงจดจำข่าวนี้ไว้และมีความปรารถนาอย่างแรงกล้าที่จะพบกับพระองค์

วันหนึ่ง ชายง่อยได้ยินว่าพระเยซูเสด็จมาที่เมืองคาเปอรนาอุม ลองคิดดูซิว่าเขาจะตื่นเต้นและชื่นชมยินดีมากเพียงในความคาดหวังที่จะพบพระเยซู แต่ชายง่อยไม่สามารถเคลื่อนไหวได้ด้วยตนเอง ดังนั้นเขาจึงมองหาความช่วยเหลือจากเพื่อนเพื่อนำเขาไปหาพระเยซู โชคดีที่เพื่อนของเขาก็ทราบข่าวเกี่ยวกับพระเยซูเช่นกัน คนเหล่านั้นพร้อมที่จะให้ความช่วยเหลือแก่เพื่อนของตน

คนง่อยและเพื่อนของเขามาหาพระเยซู

คนง่อยและเพื่อนของเขาเดินทางมาถึงบ้านที่พระเยซูกำลังเทศ

นา แต่เพราะมีผู้คนจำนวนมากชุมนุมกันอยู่ที่นั่นคนง่อยและเพื่อนของเขาจึงไม่สามารถเข้าใกล้ประตูบ้านและเข้าไปในบ้านไม่ได้ สภาพการณ์ไม่เปิดโอกาสให้กับคนง่อยและเพื่อนของเขาไปหาพระเยซู คนเหล่านั้นคงพยายามขอร้องฝูงชนว่า "ขอทางให้กับผู้ป่วยหนักด้วยครับ" แต่บ้านและบริเวณโดยรอบยังคงเนืองแน่นไปด้วยผู้คน ถ้าคนง่อยและเพื่อนของเขาขาดความเชื่อคนเหล่านั้นคงกลับบ้านโดยไม่ได้พบกับพระเยซู

แต่คนเหล่านั้นไม่ยอมแพ้ ตรงกันข้ามเขากลับแสดงออกถึงความเชื่อของตน หลังจากคิดใคร่ครวญดูแล้วว่าตนจะไปพบพระเยซูได้อย่างไร ทางออกสุดท้ายของคนเหล่านั้นคือการรื้อหลังคาบ้านเพื่อขุดเป็นช่องตรงบริเวณที่พระเยซูประทับอยู่ แม้คนเหล่านั้นต้องขอโทษเจ้าของบ้านและจ่ายค่าเสียหายให้กับเขาในภายหลัง คนง่อยและเพื่อนของเขาก็พร้อมที่จะทำเพราะเขาปรารถนาอย่างแรงกล้าที่จะพบกับพระเยซูและรับการรักษาจากพระองค์

ความเชื่อที่ควบคู่กับการกระทำและการกระทำแห่งความเชื่อจะเกิดขึ้นได้ก็ต่อเมื่อท่านลดตนเองลงด้วยจิตใจถ่อม ท่านเคยคิดหรือพูดกับตนเองบ้างหรือไม่ว่า "แม้ผมอยากไปโบสถ์มากเพียงใดก็ตามแต่สภาพร่างกายของผมไม่เอื้อให้ผมไปที่นั่น" ถ้าชายง่อยคนนั้นพูดสักร้อยครั้งว่า "พระองค์เจ้า ข้าพระองค์เชื่อว่าพระองค์ทรงทราบว่าข้าพระองค์ไม่สามารถมาพบพระองค์ได้เพราะข้าพระองค์เป็นง่

อย ข้าพระองค์เชื่อเช่นกันว่าพระองค์จะทรงรักษาข้าพระองค์แม้ข้าพระองค์นอนอยู่บนแคร่นี้" คำพูดเช่นนั้นไม่ใช่การแสดงออกถึงความเชื่ออย่างแน่นอน

ชายง่อยเดินทางไปพบพระเยซูเพื่อรับการรักษาไม่ว่าเขาต้องใช้วิถีการใดก็ตาม เขาเชื่อและมั่นใจว่าเขาจะได้รับการรักษาให้หายเมื่อเขาพบกับพระเยซู คนง่อยขอร้องเพื่อนของตนให้หามเขาไปหาพระเยซู นอกจากนี้ เนื่องจากเพื่อนของเขามีความเชื่อคนเหล่านั้นจึงพร้อมที่จะให้ความช่วยเหลือเพื่อนของตนที่เป็นง่อยแม้เขาต้องรื้อหลังคาบ้านของคนอื่นเพื่อทำช่องหย่อนคนง่อยลงไปก็ตาม

ถ้าท่านเชื่ออย่างแท้จริงว่าท่านจะได้รับการรักษาต่อพระพักตร์พระเจ้า การมาหาพระองค์จึงเป็นหลักฐานยืนยันถึงความเชื่อของท่าน เพราะเหตุนี้ หลังจากทำช่องบนหลังคาแล้ว เพื่อนของคนง่อยจึงหย่อนแคร่ที่ชายง่อยนอนอยู่ลงมาต่อหน้าพระพักตร์พระเยซู ในสมัยนั้น หลังคาบ้านในอิสราเอลมีลักษณะราบแบนและมีบันไดอยู่ด้านข้างของบ้านแต่ละหลังซึ่งทำให้ผู้คนสามารถขึ้นไปบนหลังคาได้โดยง่าย ยิ่งกว่านั้น การถอดกระเบื้องที่ใช้มุงหลังคายังเป็นสิ่งที่ทำได้ง่ายเช่นกัน ปัจจัยเอื้อเหล่านี้เปิดโอกาสให้คนง่อยได้อยู่ใกล้พระพักตร์พระเยซูมากกว่าคนอื่น

เราจะได้รับการรักษาหลังจากเราแก้ปัญหาเรื่องความบาป

ในมาระโกบทที่ 2 เราพบว่าพระเยซูทรงพอพระทัยกับการกระทำแห่งความเชื่อของคนง่อยอย่างเห็นได้ชัด ก่อนที่จะทรงรักษาชายง่อยคนนั้นเพราะเหตุใดพระเยซูจึงตรัสกับเขาว่า "ลูกเอ๋ย บาปของเจ้าได้รับอภัยแล้ว" พระองค์ตรัสเช่นนั้นก็เพราะว่าการยกโทษบาปต้องมาก่อนการรักษาโรค

พระเจ้าตรัสกับเราในอพยพ 15:26 ว่า "ถ้าเจ้าทั้งหลายฟังพระสุรเสียงของพระเจ้าของเจ้าและกระทำสิ่งที่ชอบในสายพระเนตรของพระองค์ เงี่ยหูฟังพระบัญญัติของพระองค์และปฏิบัติตามกฎเกณฑ์ของพระองค์ทุกประการ แล้วโรคต่าง ๆ ซึ่งเราบันดาลให้เกิดแก่ชาวอียิปต์นั้นเราจะไม่ให้บังเกิดแก่พวกเจ้าเลย เพราะเราคือพระเจ้าแพทย์ของเจ้า" ข้อความที่ว่า "โรคต่าง ๆ ซึ่งเราบันดาลให้เกิดแก่ชาวอียิปต์" ในที่นี้หมายถึงโรคต่าง ๆ ที่มนุษย์รู้จัก ดังนั้นเมื่อเราเชื่อฟังพระบัญญัติของพระเจ้าและดำเนินชีวิตด้วยพระคำของพระองค์ พระเจ้าจะทรงปกป้องเราเพื่อไม่ให้โรคภัยไข้เจ็บใดคุกคามเราได้ ยิ่งกว่านั้นในเฉลยธรรมบัญญัติบทที่ 28 พระเจ้าทรงสัญญากับเราว่าตราบใดที่เราเชื่อฟังและดำเนินชีวิตด้วยพระคำของพระองค์ โรคภัยไข้เจ็บจะไม่มีวันแทรกซึมเข้ามาในร่างกายของเราได้ ในยอห์นบทที่ 5 หลังจากรักษาชายที่ป่วยมาเป็นเวลาสามสิบแปดปีแล้วพระเยซูตรัสกับชายคนนั้นว่า "นี่แน่ะ เจ้าหายโรคแล้ว อย่าทำบาปอีกมิฉะนั้นเหตุร้ายกว่านั้นจะเกิดกับเจ้า" (ข้อ 14)

เนื่องจากโรคทุกชนิดมีรากเหง้ามาจากความบาป ดังนั้นก่อนรัก

ษาคนง่อยพระเยซูจึงทรงยกโทษบาปของเขาก่อนเป็นอันดับแรก แต่การไปหาพระเยซูจะไม่ทำให้เกิดการยกโทษบาปเสมอไป ดังนั้นเพื่อรับการรักษา อันดับแรกเราต้องกลับใจจากความบาปของเราและหันหลังให้วิถีของเราก่อน ถ้าท่านเคยทำบาปบัดนี้ท่านต้องไม่ทำบาปอีก ถ้าท่านเคยโกหก ท่านต้องไม่โกหกอีกต่อไป และถ้าเคยเกลียดชังคนอื่น ท่านต้องไม่เกลียดชังคนเหล่านั้นอีกต่อไป คนที่เชื่อฟังพระคำของพระเจ้าเท่านั้นที่จะได้รับการยกโทษ ยิ่งกว่านั้น การพูดว่า "ข้าพเจ้าเชื่อ" จะไม่ทำให้ท่านได้รับการยกโทษบาป เมื่อเราอยู่ในความสว่าง พระโลหิตขององค์พระผู้เป็นเจ้าจะชำระเราให้พ้นจากบาปทั้งสิ้นของเรา (1 ยอห์น 1:7)

คนง่อยลุกขึ้นเดินด้วยฤทธิ์อำนาจของพระเจ้า

ในมาระโกบทที่ 2 เราพบว่าหลังจากได้รับการยกโทษชายง่อยคนนั้นก็ลุกขึ้นและยกแคร่ของตนเดินไปต่อหน้าคนทั้งปวง เมื่อเขามาหาพระเยซูเขานอนอยู่บนแคร่ แต่ชายง่อยคนนั้นได้รับการรักษาให้หายทันทีที่พระเยซูตรัสกับเขาว่า "ลูกเอ๋ย บาปของเจ้าได้รับอภัยแล้ว" (ข้อ 5) แต่แทนที่พวกธรรมาจารย์จะชื่นชมยินดีต่อการรักษา คนเหล่านั้นกลับพยายามหาเหตุถกเถียง เมื่อพระเยซูตรัสกับชายง่อยนั้นว่า "ลูกเอ๋ย บาปของเจ้าได้รับอภัยแล้ว" พวกธรรมาจารย์กลับคิดในใจของตนว่า "ทำไมคนนี้พูดเช่นนี้ หมิ่นประมาทพระเจ้านี่ ใครจะยกความผิดบ

าปได้เว้นแต่พระเจ้าเท่านั้น" (ข้อ 7)

ดังนั้นพระเยซูจึงตรัสแก่เขาว่า "เหตุไฉนท่านทั้งหลายจึงคิดในใจอย่างนี้เล่า ที่จะว่ากับคนง่อยว่า 'บาปทั้งปวงของเจ้าได้รับอภัยแล้ว' และจะว่า 'จงยกแคร่เดินไปเถิด' นั้นข้างไหนจะง่ายกว่ากัน แต่เพื่อท่านทั้งหลายจะได้รู้ว่าบุตรมนุษย์มีสิทธิอำนาจในโลกที่จะโปรดยกความผิดบาปได้" (ข้อ 8-10) หลังจากอธิบายให้คนเหล่าทราบถึงการจัดเตรียมของพระเจ้าแล้ว พระเยซูจึงตรัสกับคนง่อยว่า "เราสั่งเจ้าว่า จงลุกขึ้นยกแคร่ไปบ้านของเจ้าเถิด" (ข้อ 11) ชายคนนั้นก็ลุกขึ้นและเดินทันที กล่าวคือ การที่คนง่อยได้รับการรักษาชี้ให้เห็นว่าเขาได้รับการยกโทษบาปและพระเจ้าทรงรับรองทุกถ้อยคำที่พระเยซูตรัส เหตุการณ์นี้ยังเป็นหลักฐานเช่นกันว่าพระเจ้าผู้ทรงฤทธานุภาพสูงสุดทรงรับรองว่าพระเยซูทรงเป็นพระผู้ช่วยให้รอดของมนุษย์

ตัวอย่างของผู้คนที่ลุกขึ้นยืน กระโดด และเดินไป

พระเยซูตรัสกับเราในยอห์น 14:11 ว่า "จงเชื่อเราเถิดว่า เราอยู่ในพระบิดาและพระบิดาทรงอยู่ในเราหรือมิฉะนั้นก็จงเชื่อเพราะกิจการเหล่านั้นเถิด" ด้วยเหตุนี้ เมื่อเราได้ประจักษ์ว่าคนง่อยที่มาหาพระเยซูด้วยความเชื่อได้รับการยกโทษ ลุกขึ้น กระโดด และเดินไปเมื่อพระเยซูทรงสั่งเขา เราต้องเชื่อว่าพระเจ้าพระบิดาและพระเยซูทรงเป็นอันหนึ่งอันเดียวกันและทรงเป็นพระเจ้าองค์เดีย

วกัน

พระเยซูตรัสกับเราในยอห์น 14:12 เช่นกันว่า "เราบอกความจริงแก่ท่านทั้งหลายว่าผู้ที่วางใจในเราจะกระทำกิจการซึ่งเราได้กระทำนั้นด้วยและเขาจะกระทำกิจที่ยิ่งใหญ่กว่านั้นอีกเพราะเราจะไปถึงพระบิดาของเรา" เมื่อข้าพเจ้าเชื่อพระคำของพระเจ้าร้อยเปอร์เซ็นต์ หลังจากข้าพเจ้าได้รับการทรงเรียกให้เป็นผู้รับใช้ของพระองค์ข้าพเจ้าอดอาหารและอธิษฐานเป็นเวลาหลายวันเพื่อรับเอาฤทธิ์อำนาจของพระองค์ ผลลัพธ์ก็คือมีคำพยานเรื่องการรักษาโรค (ที่การแพทย์สมัยใหม่ไม่สามารถรักษาให้หายได้) พรั่งพรูออกมาจากคริสตจักรแมนมินนับตั้งแต่วันแรกของการก่อตั้งคริสตจักรแห่งนี้

แต่ละครั้งที่คริสตจักรผ่านพ้นการทดลองแห่งพระพร การรักษาผู้ป่วยจะเกิดขึ้นอย่างรวดเร็วยิ่งขึ้นและโรคที่ร้ายแรงมากขึ้นหลายชนิดจะได้รับการรักษาให้หาย ผู้คนจำนวนมากทั่วโลกมีประสบการณ์กับการทำงานอย่างอัศจรรย์แห่งฤทธิ์อำนาจของพระเจ้าผ่านการประชุมฟื้นฟูพิเศษประจำปีสองสัปดาห์ที่จัดขึ้นตั้งแต่ปี 1993 ถึง 2004 และการประชุมเพื่อการประกาศพระกิตติคุณทั่วโลก

ในบรรดาตัวอย่างจำนวนมากของผู้คนที่มีประสบการณ์กับการรักษาของพระเจ้า ต่อไปนี้เป็นบางตัวอย่างของคนที่ลุกขึ้นยืน กระโดด และเดินไปด้วยฤทธิ์อำนาจของพระองค์

ลุกขึ้นยืนหลังจากนั่งเก้าอี้ล้อเข็นอยู่เก้าปี

คำพยานแรกเป็นของมัคนายกยูนซุบ คิม ในเดือนพฤษภาคมปี 1990 มัคนายกคิมตกลงมาจากตึกสูงห้าชั้นในขณะที่กำลังทำงานเกียวกับไฟฟ้าในเมืองแทด็อกไซแอนส์ ประเทศเกาหลีใต้ เหตุการณ์นี้เกิดขึ้นก่อนที่คุณคิมมาเชื่อในพระเจ้า

ทันทีที่ตกลงมาจากตึก ท่านถูกนำตัวส่งโรงพยาบาลซันในเมืองยูซุงจังหวัดชุงนัมซึ่งคุณคิมพักรักษาตัวในอาการโคม่าที่โรงพยาบาลแห่งนี้เป็นเวลาถึงหกเดือน แต่หลังจากท่านพ้นจากอาการโคม่า ความเจ็บปวดที่เกิดจากการแตกของกระดูกสันหลังข้อที่ 11 และ 12 รวมทั้งแรงกดของกระดูกที่กดเนื้อเยื่อกระดูกสันหลังส่วนกลางของร่างกายรุนแรงมากจนท่านแทบทนไม่ได้ หมอที่โรงพยาบาลแจ้งให้คุณคิมทราบว่าอาการของท่านอยู่ในขั้นวิกฤติ คุณคิมถูกนำตัวส่งไปยังโรงพยาบาลอีกหลายแห่ง แต่อาการของท่านก็ไม่ดีขึ้น ต่อมาคุณคิมกลายเป็นผู้พิการขั้นที่หนึ่ง ท่านต้องสวมเผือกรอบเอวเพื่อพยุงกระดูกสันหลังของท่านเอาไว้ตลอดเวลา ยิ่งกว่านั้น เนื่องจากคุณคิมไม่สามารถนอนราบบนพื้นได้ท่านต้องหลับในขณะที่นั่งในเก้าอี้ล้อเข็น

ในช่วงเวลาแห่งความยากลำบากนี้มีผู้ประกาศพระกิตติคุณกับคุณคิมและท่านเริ่มต้นชีวิตใหม่ในพระคริสต์ที่คริสตจักรแมนมิน เมื่อท่านเข้าร่วมในการประชุมพิเศษเพื่อการรักษาโรคด้วยฤทธิ์อำนาจของพระเจ้าในเดือนพฤศจิกายน 1998 คุณคิมมีประสบการณ์ที่เหลือเชื่อ ก่อนการประชุมท่านไม่สามารถ

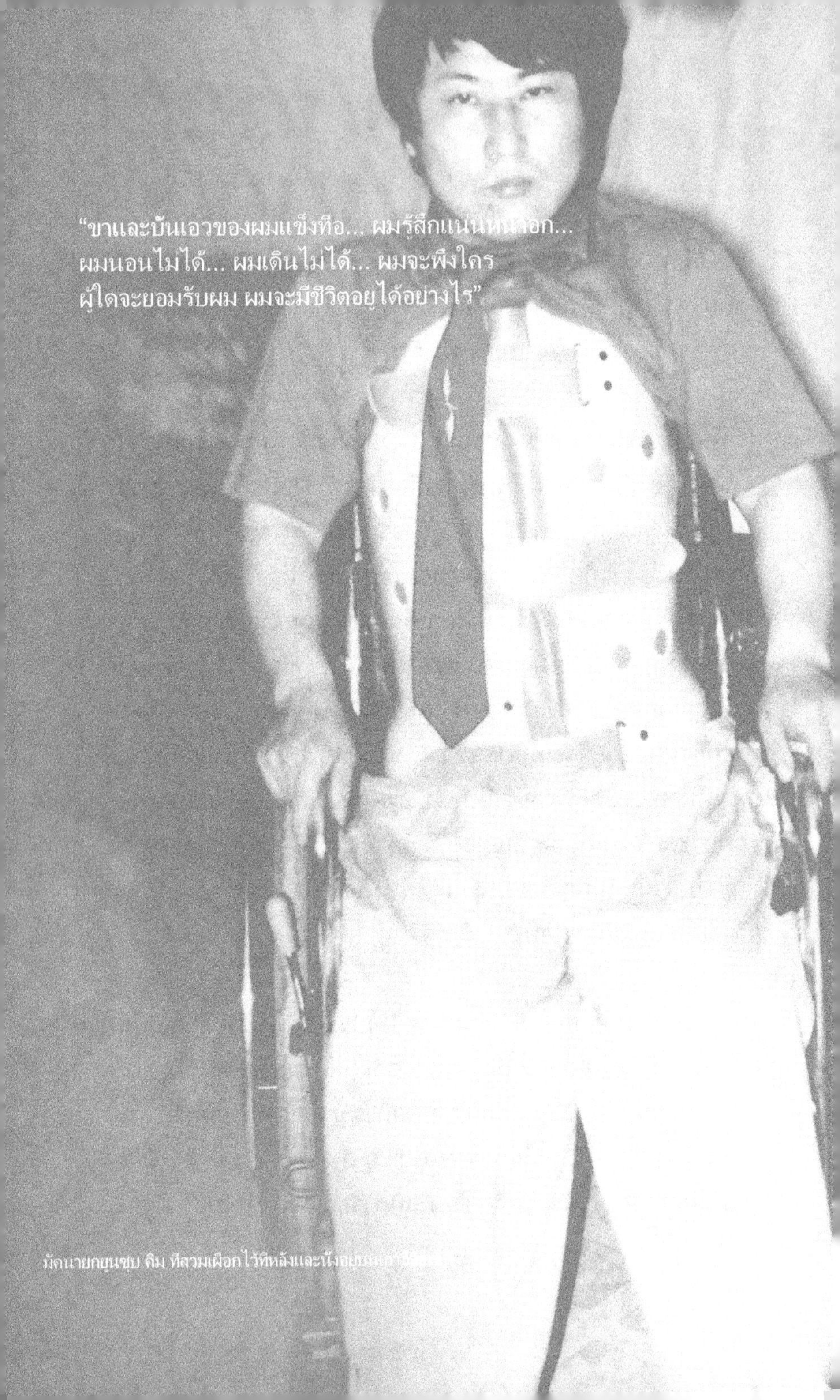

"ขาและบั้นเอวของผมแข็งทื่อ... ผมรู้สึกแน่นหน้าอก... ผมนอนไม่ได้... ผมเดินไม่ได้... ผมจะพึ่งใคร ผู้ใดจะยอมรับผม ผมจะมีชีวิตอยู่ได้อย่างไร"

มัดนายกยุนซอบ คิม ที่สวมเฝือกไว้ที่หลังและนั่งอยู่บนเก้าอี้

“ฮาเลลูย่า พระเจ้าทรงพระชนม์อยู่
เห็นไหมว่าผมเดินได้แล้ว”

มัคนายกคิมชินชนยินดีร่วมกับสมาชิกคริสตจักรแมนมินหลังได้รับการรักษาผ่านการอธิษฐานของดร.แจร็อก ลี

อนหลังลงนอนหรือเข้าห้องน้ำได้ด้วยตนเอง แต่หลังจากรับเอาคำอธิษฐานของข้าพเจ้าคุณคิมสามารถลุกขึ้นจากเก้าอี้ล้อเข็นและเดินด้วยไม้เท้า

เพื่อให้ได้รับการรักษาอย่างสมบูรณ์ มัคนายกคิมจึงเข้าร่วมการประชุมนมัสการและการประชุมอื่น ๆ ทุกครั้งและไม่เคยหยุดอธิษฐาน นอกจากนั้น ด้วยความปรารถนาอย่างแรงกล้าและเพื่อเตรียมพร้อมสำหรับการประชุมฟื้นฟูพิเศษประจำปีสองสัปดาห์ครั้งที่ 7 ในเดือนพฤษภาคม 1999 มัคนายกคิมถือศีลอดอาหารเป็นเวลา 21 วัน เมื่อข้าพเจ้าอธิษฐานเผื่อผู้ป่วยจากธรรมาสน์ในช่วงแรกของการประชุมฟื้นฟู มัคนายกคิมรู้สึกเหมือนมีรังสีของความสว่างอันเจิดจ้าส่องลงมาเหนือท่านและท่านมองเห็นในนิมิตว่าตนเองกำลังวิ่งอยู่ ในสัปดาห์ที่สองของประชุมฟื้นฟูเมื่อข้าพเจ้าวางมืออธิษฐานเผื่อมัคนายกคิม ท่านรู้สึกว่าตัวของท่านเบาขึ้น เมื่อไฟของพระวิญญาณบริสุทธิ์ลงมาที่เท้าของท่าน ท่านมีพละกำลังขึ้นมาอย่างประหลาด มัคนายกคิมสามารถโยนเผือกหุ้มกระดูกสันหลังและไม้เท้าของท่านทิ้งและลุกขึ้นเดินโดยไม่มีความยากลำบากพร้อมกับหมุนเอวของท่านไปมาได้อย่างอิสระ

ด้วยฤทธิ์อำนาจของพระเจ้ามัคนายกคิมสามารถเดินได้เหมือนคนปกติอีกครั้งหนึ่ง ท่านขี่จักรยานและรับใช้ที่คริสตจักรอย่างขยันหมั่นเพียร ยิ่งกว่านั้น มัคนายกคิมแต่งงานเมื่อไม่นานที่ผ่านและกำลั

งดำเนินชีวิตที่เป็นสุขอย่างแท้จริง

ลุกขึ้นจากเก้าอี้ล้อเข็น
หลังจากรับเอาคำอธิษฐานผ่านผ้าเช็ดหน้า

เหตุการณ์อันน่าตื่นเต้นที่บันทึกไว้ในพระคัมภีร์และการอัศจรรย์ที่ไม่ธรรมดาจำนวนมากเกิดขึ้นที่คริสตจักรแมนมิน พระเจ้าทรงได้รับเกียรติมากยิ่งขึ้นผ่านสิ่งที่เกิดขึ้น การสำแดงฤทธิ์อำนาจของพระเจ้าผ่านผ้าเช็ดหน้าเป็นหนึ่งในเหตุการณ์และการอัศจรรย์เหล่านี้

ในกิจการ 19:11-12 เราพบว่า "พระเจ้าได้ทรงกระทำอิทธิฤทธิ์อันพิสดารด้วยมือของเปาโลจนเขานำเอาผ้าเช็ดหน้ากับผ้ากันเปื้อนจากตัวเปาโลไปวางที่ตัวคนป่วยไข้ โรคนั้นก็หายและผีร้ายก็ออกจากคน" เช่นเดียวกัน เมื่อผู้คนนำเอาผ้าเช็ดหน้าที่ข้าพเจ้าอธิษฐานเจิมไว้หรือสิ่งของที่อยู่ตามร่างกายของข้าพเจ้าไปให้กับคนป่วย การรักษาโรคอย่างอัศจรรย์ก็บังเกิดขึ้น ผลลัพธ์คือผู้คนจากหลายประเทศทั่วโลกต่างก็ขอร้องให้เราไปจัดประชุมเพื่อการประกาศโดยใช้ผ้าเช็ดหน้าในภาคพื้นของตน นอกจากนี้ ผู้คนจำนวนมากในหลายประเทศในแถบอัฟริกา ปากีสถาน อินโดนีเซีย ฟิลิปปินส์ ฮอนดูรัส ญี่ปุ่น จีน รัสเซีย และอีกหลายประเทศกำลังมีประสบการณ์กับ "การอัศจรรย์ที่ไม่ธรรมดา" ด้วยเช่นกัน

ในเดือนเมษายน 2001 ศิษยาภิบาลคนหนึ่งของคริสตจักรแมนมินจัดการประชุมเพื่อการประกาศโดยใช้ผ้าเช็ดหน้าในประเทศอิน

โดนีเซียซึ่งในการประชุมครั้งนั้นมีผู้คนจำนวนมากได้รับการรักษาให้หายจากโรคและถวายเกียรติยศแด่พระเจ้าผู้ทรงพระชนม์อยู่ หนึ่งในผู้คนที่หายโรคเหล่านั้นได้แก่อดีตผู้ว่าราชการจังหวัดคนหนึ่งที่เคยอาศัยเก้าอี้ล้อเข็นมาโดยตลอด เมื่อท่านได้รับการรักษาโดยคำอธิษฐานด้วยผ้าเช็ดหน้า ไม่นานการหายโรคของท่านก็กลายเป็นข่าวใหญ่

ในเดือนพฤษภาคม 2003 ศิษยาภิบาลอีกคนหนึ่งของคริสตจักรแมนมินจัดการประชุมเพื่อการประกาศโดยใช้ผ้าเช็ดหน้าขึ้นในประเทศจีนซึ่งที่นั่นมีผู้คนจำนวนมากหายโรค หนึ่งในผู้คนเหล่านั้นได้แก่ชายคนหนึ่งที่เดินได้ด้วยตนเองหลังจากที่เขาเคยใช้ไม้เท้ามาถึงสามสิบสี่ปี

กาเนชโยนไม้เท้าของตนทิ้งในงาน "เทศกาลอัศจรรย์แห่งการรักษาโรคด้วยคำอธิษฐาน" ที่ประเทศอินเดียในปี 2002

งาน "เทศกาลอัศจรรย์แห่งการรักษาโรคด้วยคำอธิษฐาน" ปี 2002 ถูกจัดขึ้น ณ บริเวณชายหาดมารีน่าในเมืองเชนไนของอินเดียซึ่งประชากรส่วนใหญ่นับถือศาสนาฮินดู ในงานนี้มีผู้คนมากกว่าสามล้านคนเข้าร่วมซึ่งคนเหล่านั้นมีประสบการณ์ส่วนตัวกับการทำงานด้วยฤทธิ์อำนาจของพระเจ้าอย่างอัศจรรย์และหลายคนกลับใจเป็นคริสเตียน ก่อนการจัดประชุมครั้งนี้ระยะเวลาของการรักษากระดูกที่แข็งทื่อให้คลายตัวและการรื้อฟื้นเส้นประสาทที่ตายขึ้นมาให

“ผมไม่รู้สึกว่ามีตะปูเก้าดอกกดดันอยู่ในเนือและกระดูกของผมอีกต่อไป ก่อนหน้านีผมยืนไม่ได้เพราะความเจ็บปวด แต่บัดนีผมเดินได้แล้ว”

กาเนชเดินโดยไม่ใช้ไม้เท้าหลังจากรับเอาคำอธิษฐาน
จากดร.แจร็อก ลี

ม่เกิดขึ้นอย่างช้า ๆ แต่การรักษาโรคที่ท้าทายกฎแห่งร่างกายของมนุษย์เริ่มเกิดขึ้นในการประชุมเพื่อการประกาศในอินเดีย

ในบรรดาผู้คนที่หายโรคได้แก่เด็กชายอายุ 16 ปีคนหนึ่งชื่อกาเนช เด็กคนนี้ตกลงมาจากจักรยานของตนและได้รับบาดเจ็บที่บริเวณกระดูกเชิงกรานด้านขวา ปัญหาทางด้านการเงินที่บ้านทำให้กาเนชไม่ได้รับการรักษาอย่างถูกต้อง หลังจากหนึ่งปีผ่านไปมีเนื้องอกเกิดขึ้นในกระดูกของเขาและแพทย์ต้องผ่าตัดเอากระดูกเชิงกรานด้านขวาออกไป จากนั้นแพทย์ติดตั้งแผ่นเหล็กขนาดเล็กไว้ที่กระดูกต้นขาและกระดูกเชิงกรานส่วนที่เหลืออยู่โดยใช้ตะปูเก้าดอกตอกยึดเหล็กให้ติดกับกระดูก ความเจ็บปวดอย่างรุนแรงจากการใช้ตะปูตอกยึดดังกล่าวทำให้เขาไม่สามารถเดินขึ้นลงบันไดได้ เด็กชายคนนี้ต้องเดินอาศัยไม้เท้าตลอดเวลา

เมื่อได้ยินถึงการประชุมเพื่อการประกาศกาเนชเข้าร่วมในการประชุมครั้งนั้นและมีประสบการณ์กับการทำงานอย่างยิ่งใหญ่ของพระวิญญาณบริสุทธิ์ เมื่อเขารับเอาคำอธิษฐานในช่วง "การอธิษฐานเผื่อผู้ป่วย" ในวันที่สองของการประชุมสี่วัน กาเนชรู้สึกว่าร่างกายของเขาร้อนขึ้นเหมือนเขาถูกแช่อยู่ในหม้อน้ำเดือด จากนั้นเขาไม่รู้สึกถึงความเจ็บปวดอีกเลย เด็กชายคนนี้ขึ้นไปบนเวทีเพื่อเป็นพยานถึงการรักษาโรคของเขาทันที นับตั้งแต่เวลานั้นเป็นต้นมาเขาไม่รู้สึกถึงความเจ็บปวดในร่างกายของเขาอีกเลย กาเนชสามารถเดินและวิ่งได้อย่างอิสระโดยไม่ต้องอาศัยไม้เท้า

“แม้ฉันไม่มีเรียวแรงที่จะขยับนิ้วของตน แต่ฉั
นรู้ว่าฉันจะได้รับการรักษาให้หายเมื่อฉัน
เข้าหาพระองค์ ความหวังของฉันไม่สูญเปล่า
พระเจ้าทรงทำให้ความหวังของฉันเป็นจริง”

หญิงที่เกิดในอินเดียคนหนึ่งลุกขึ้นจากเก้าอี้ล้อเข็นของเธอแ
ละเดินได้หลังจากรับเอาคำ
อธิษฐานจากดร.แจร็อก ลี

ผู้หญิงคนหนึ่งลุกขึ้นจากเก้าอี้ล้อเข็นในเมืองดูไบ

ในเดือนเมษายนของปี 2003 ในขณะที่ข้าพเจ้าอยู่ที่เมืองดูไบ ประเทศสหรัฐอาหรับเอมิเรตส์ ผู้หญิงที่เกิดในประเทศอินเดียคนหนึ่งลุกขึ้นจากเก้าอี้ล้อเข็นของเธอทันทีที่เธอรับเอาคำอธิษฐานจากข้าพเจ้า เธอเป็นผู้หญิงที่เฉลียวฉลาดซึ่งเคยศึกษาในประเทศสหรัฐอเมริกา เนื่องจากปัญหาส่วนตัวทำให้เธอได้รับการกระทบกระเทือนทางสมองประกอบกับอาการบาดเจ็บและความซับซ้อนหลังจากได้รับอุบัติเหตุทางรถยนต์จึงทำให้เธอเป็นอัมพาต

ครั้งแรกที่ข้าพเจ้าเห็นผู้หญิงคนนี้เธอเดินไม่ได้ ไม่มีเรี่ยวแรงที่จะพูด และไม่สามารถหยิบแว่นตาที่เธอทำหล่นได้ เธอกล่าวเพิ่มเติมว่าเธออ่อนแอเกินกว่าที่จะเขียนหรือยกแก้วน้ำขึ้นมาดื่มด้วยซ้ำ เมื่อมีคนสัมผัสตัวเธอ เธอจะรู้สึกปวดร้าวไปทั่วร่างกายอย่างรุนแรง แต่หลังจากรับเอาคำอธิษฐาน ผู้หญิงคนนี้ก็ลุกขึ้นจากเก้าอี้ล้อเข็นของเธอในทันที แม้แต่ข้าพเจ้าเองก็ประหลาดใจกับผู้หญิงคนนี้ซึ่งไม่กี่นาทีก่อนหน้านี้เธอไม่เรี่ยวแรงแม้แต่จะพูด แต่บัดนี้เธอสามารถเก็บข้าวของส่วนตัวของเธอและเดินออกไปจากห้อง

เยเรมีย์ 29:11 บอกเราว่า "เพราะเรารู้แผนงานที่เรามีไว้สำหรับเจ้า เป็นแผนงานเพื่อสวัสดิภาพ ไม่ใช่เพื่อทุกขภาพ เพื่อจะให้อน

าคตและความหวังใจแก่เจ้า" พระเจ้าพระบิดาของเราทรงรักเรามากจนได้ประทานพระบุตรองค์เดียวของพระองค์แก่เราโดยไม่ทรงเสียดาย

ด้วยเหตุนี้ แม้ท่านจะมีชีวิตอยู่ในความทุกข์เวทนาเนื่องจากความพิการทางร่างกาย แต่ท่านก็มีความหวังของการมีชีวิตที่เป็นสุขและมีสุขภาพแข็งแรงด้วยความเชื่อในพระเจ้าพระบิดา พระองค์ไม่ทรงปรารถนาให้บุตรคนหนึ่งคนใดของพระองค์ตกอยู่ในการทดลองและความทุกข์ยากลำบาก นอกจากนี้ พระองค์ทรงปรารถนาที่จะมอบสันติสุข ความชื่นชมยินดี ความสุข และอนาคตให้กับทุกคนในโลก

ท่านได้เรียนรู้จักแนวทางและวิธีการที่จะทำให้ท่านได้รับคำตอบตามความปรารถนาแห่งจิตใจของท่านจากเรื่องราวของคนง่อยในมาระโกบทที่ 2 ขอให้ท่านแต่ละคนเตรียมภาชนะแห่งความเชื่อของตนให้พร้อมและรับเอาสิ่งที่ท่านทูลขอ ข้าพเจ้าอธิษฐานในพระนามของพระเยซูคริสต์องค์พระผู้เป็นเจ้าของเรา...อาเมน

คำเทศนาตอนที่ 8
ผู้คนจะชื่นชมยินดี เต้นรำ และร้องเพลง

มาระโก 7:31-37

ต่อมาพระองค์จึงเสด็จจากเขตแดนเมืองไทระและผ่านเมืองไซดอน ดำเนินตามทางแคว้นทศบุรีมายังทะเลสาบกาลิลี เขาพาชายหูหนวกพูดติดอ่างคนหนึ่งมาหาพระองค์แล้วทูลขอพระองค์ให้ทรงวางพระหัตถ์บนคนนั้น พระองค์จึงทรงนำคนนั้นออกจากประชาชนไปอยู่ต่างหาก ทรงเอานิ้วพระหัตถ์ยอนเข้าที่หูของชายผู้นั้นและทรงบ้วนน้ำลายเอานิ้วพระหัตถ์จิ้มแตะลิ้นคนนั้น แล้วพระองค์ทรงแหงนพระพักตร์ดูฟ้าสวรรค์ ทรงถอนพระทัยตรัสแก่คนนั้นว่า "เอฟฟาธา" แปลว่า "จงเปิดออก" แล้วหูคนนั้นก็ปกติ สิ่งที่ขัดลิ้นนั้นก็หลุดและเขาพูดได้ชัด พระองค์ทรงห้ามปรามคนทั้งหลายมิให้แจ้งความนี้แก่ผู้ใดเลย แต่พระองค์ยิ่งทรงห้ามปรามเขาก็ยิ่งเล่าลือไปมาก คนทั้งปวงก็ประหลาดใจเหลือเกินพูดกันว่า "พระองค์ทรงกระทำล้วนแต่ดีทั้งนั้น ทรงกระทำคนหูหนวกให้ได้ยิน คนใบ้ให้พูดได้"

เราพบข้อความต่อไปนี้ในมัทธิว 4:23-24

พระเยซูได้เสด็จไปทั่วแคว้นกาลิลี ทรงสั่งสอนในธรรมศาลาของเขา ทรงประกาศข่าวประเสริฐเรื่องแผ่นดินของพระเจ้า และทรงรักษาโรคภัยไข้เจ็บของชาวเมืองให้หาย กิตติศัพท์ของพระองค์ก็เลื่องลือไปทั่วประเทศซีเรีย เขาจึงพาคนป่วยเป็นโรคต่าง ๆ คนที่ทนทุกข์เวทนา คนผีเข้า คนเป็นลมบ้าหมู และคนเป็นอัมพาตมาหาพระองค์ พระองค์ก็ทรงรักษาเขาให้หาย

พระเยซูไม่เพียงแต่ทรงประกาศพระคำของพระเจ้าและข่าวประเสริฐเรื่องแผ่นดินของพระเจ้าเท่านั้น แต่พระองค์ทรงรักษาผู้คนจำนวนมากที่ทนทุกข์ทรมานจากโรคนานาชนิดให้หายด้วยเช่นกัน จากการรักษาโรคที่มนุษย์ไม่สามารถรักษาได้ ถ้อยคำที่พระเยซูทรงประกาศจึงถูกตอกย้ำลงในจิตใจของผู้คนและพระองค์ทรงนำคนเหล่านั้นไปสู่สวรรค์โดยความเชื่อของเขา

พระเยซูทรงรักษาคนหูหนวกและเป็นใบ้

ในมาระโกบทที่ 7 เป็นเรื่องราวการเสด็จจากเมืองไทระไปยังเมืองไซดอนของพระเยซู จากนั้นพระองค์เสด็จไปยังทะเลกาลิลี

เข้าสู่แคว้นทศบุรี และพระองค์ทรงรักษาคนหูหนวกและเป็นใบ้ การที่คนหนึ่ง "พูดติดอ่าง" แสดงว่าเขาพูดตะกุกตะกักและพูดไม่คล่อง บุคคลคนนี้อาจเคยเรียนรู้วิธีการพูดเมื่อเขายังเป็นเด็กแต่ต่อมาเขาหูหนวกจึงทำให้เขากลายเป็นคน "พูดติดอ่าง" ในเวลานี้

โดยทั่วไป "คนหูหนวกและเป็นใบ้" คือคนที่ไม่เคยเรียนรู้เรื่องภาษาและการพูดเนื่องจากอาการหูหนวกในขณะที่ "คนที่มีปัญหาการได้ยิน" หมายถึงคนที่มีความยากลำบากในการได้ยิน การเป็นคนหูหนวกและเป็นใบ้เกิดขึ้นจากหลายสาเหตุ สาเหตุแรกเกิดจากพันธุกรรม สาเหตุที่สองเกิดจากมารดาป่วยเป็นโรคหัดเยอรมัน (หรือโรคอีสุกอีใส) หรือได้รับยาผิดในช่วงตั้งครรภ์ซึ่งจะส่งผลให้เด็กหูหนวกและเป็นใบ้แต่กำเนิด สาเหตุที่สามเกิดจากเด็กที่ป่วยเป็นโรคเยื่อหุ้มสมองอักเสบเมื่อเขามีอายุสามหรือสี่ขวบซึ่งเป็นช่วงเวลาที่เด็กเริ่มเรียนรู้ที่จะพูด โรคนี้จะทำให้เด็กหูหนวกและเป็นใบ้ สาเหตุที่บางคนมีปัญหาในการได้ยินเนื่องจากแก้วหูของเขาฉีกขาด แต่การใช้เครื่องช่วยฟังจะลดความลำบากดังกล่าวลงได้ แต่ถ้าตัวโสตประสาทมีปัญหาการใช้อุปกรณ์ดังกล่าวก็ช่วยไม่ได้ สาเหตุอื่นของอาการหูหนวกเกิดจากการทำงานในสถานที่ซึ่งมีเสียงดังหรือเกิดจากอายุที่เพิ่มมากขึ้นซึ่งทำให้ความสามารถในการได้ยินลดน้อยลง กล่าวกันว่ากรณีเช่นนี้ไม่มีวิธีการรักษาที่ได้ผลอย่างแท้จริง

นอกจากนั้น บางคนหูหนวกหรือเป็นใบ้เพราะถูกผีเข้าสิง ในกร

ณีเช่นนี้เมื่อคนที่มีสิทธิอำนาจฝ่ายวิญญาณขับผีออก คนที่หูหนวกและเป็นใบ้ก็จะได้ยินและพูดได้ทันที ในมาระโก 9:25-27 เมื่อพระเยซูตรัสสำทับผีโสโครกที่สิงอยู่ในเด็กจนทำให้เขาเป็นใบ้ว่า "อ้ายผีใบ้หูหนวก เราสั่งเอ็งให้ออกจากเขา อย่าได้กลับเข้าสิงเขาอีกเลย" (ข้อ 25) ผีนั้นก็ออกมาจากเด็กทันทีและเด็กคนนั้นก็หายเป็นปกติ

จงเชื่อว่าเมื่อพระเจ้าทรงทำงาน ไม่มีโรคภัย ความเจ็บไข้ หรือความบกพร่องอ่อนแอใดจะสร้างปัญหาหรือคุกคามท่านได้ เพราะเหตุนี้เยเรมีย์ 32:27 จึงกล่าวว่า "ดูเถิด เราคือพระเยโฮวาห์พระเจ้าของบรรดามนุษย์และสัตว์ทั้งสิ้น สำหรับเรามีสิ่งใดที่ยากเกินหรือ" สดุดี 100:3 กำชับเราว่า "จงรู้เถิดว่าพระเยโฮวาห์ทรงเป็นพระเจ้า คือพระองค์เองที่ทรงสร้างเราทั้งหลายและเราเป็นของพระองค์ เราเป็นประชากรของพระองค์เป็นแกะแห่งทุ่งหญ้าของพระองค์" ในขณะที่สดุดี 94:9 เตือนเราให้ระลึกว่า "พระองค์ผู้ทรงปลูกหูพระองค์จะไม่ทรงได้ยินหรือ พระองค์ผู้ทรงปั้นตาพระองค์จะไม่ทรงเห็นหรือ" เมื่อเราเชื่อในพระเจ้าพระบิดาผู้ทรงฤทธานุภาพสูงสุดผู้ทรงสร้างหูและสร้างตาของเราด้วยสุดจิตสุดใจของเรา ทุกสิ่งย่อมเป็นไปได้เสมอ เหมือนที่เราเห็นในมาระโกบทที่ 7 ว่าเมื่อพระเยซูทรงรักษาชายหูหนวกและเป็นใบ้ หูของเขาก็ได้ยินและถ้อยคำของพระองค์ก็สอดคล้องเป็นจริง

เมื่อเราเชื่อในพระเยซูคริสต์และทูลขอฤทธิ์อำนาจของพระเจ้าด้

วยความเชื่อที่เติบโต การทำงานแบบเดียวกันที่บันทึกไว้ในพระคัมภีร์ก็จะบังเกิดขึ้นแม้แต่ในปัจจุบัน ในเรื่องนี้ฮีบรู 13:8 บอกเราว่า "พระเยซูคริสต์ยังทรงเหมือนเดิมในเวลาวานนี้และเวลาวันนี้และต่อ ๆ ไปเป็นนิจกาล" ในขณะที่เอเฟซัส 4:13 เตือนเราให้ระลึกว่าเราต้อง "บรรลุถึงความเป็นน้ำหนึ่งใจเดียวกันในความเชื่อและในความรู้ถึงพระบุตรของพระเจ้าจนกว่าเราจะโตเป็นผู้ใหญ่เต็มที่ คือเต็มถึงขนาดความไพบูลย์ของพระคริสต์"

แต่ความเสื่อมถอยของอวัยวะส่วนต่าง ๆ ในร่างกายหรืออาการหูหนวกและเป็นใบ้ซึ่งเป็นผลจากเซลล์ประสาทที่ตายจะไม่สามารถรักษาให้หายด้วยของประทานแห่งการรักษาโรค การรักษาอาการเหล่านี้จะเกิดขึ้นได้ก็ต่อเมื่อบุคคลที่ให้การรักษาบรรลุถึงขนาดความไพบูลย์ของพระคริสต์ ได้รับฤทธิ์อำนาจและสิทธิอำนาจากพระเจ้าและอธิษฐานตามน้ำพระทัยของพระเจ้าเท่านั้น

ตัวอย่างของการรักษาคนหูหนวกที่คริสตจักรแมนมิน

ข้าพเจ้าเห็นตัวอย่างของการรักษาผู้คนที่มีปัญหาการได้ยินให้หายจากอาการดังกล่าวและเห็นคนจำนวนมากที่หูหนวกตั้งแต่กำเนิดได้ยินเป็นครั้งแรก มีคนอยู่สองคนที่ได้ยินเป็นครั้งแรกในช่วงเวลา 55 ปีและ 57 ปี

เมื่อข้าพเจ้าจัด "เทศกาลอัศจรรย์แห่งการรักษาโรค" ในเมืองนา

บทเพลงแห่งการขอบพระคุณจากผู้คนที่หายจากอาการหูหนวก

"เราจะเดินอยู่บนโลกด้วยชีวิตที่พระองค์
มอบให้ด้วยความหวังที่จะพบกับพระองค์
ดวงวิญญาณที่สุกใสดุจแก้วของข้าแด่
พระองค์"

มัคนายิกานัฟซิม ปาร์กถวายเกียรติยศแด่พระเจ้าหลังจากหายจากอาการหูหนวกที่เธอเป็นมาถึง 55 ปี

โกย่าประเทศญี่ปุ่นในเดือนกันยายน 2000 มีคน 13 คนที่ทนทุกข์อยู่กับปัญหาการได้ยินบกพร่องและคนเหล่านั้นได้รับการรักษาให้หายทันทีที่เขารับเอาคำอธิษฐานของข้าพเจ้า ข่าวนี้ถูกถ่ายทอดกลับไปยังผู้คนที่มีปัญหาการได้ยินบกพร่องจำนวนมากในประเทศเกาหลี คนเหล่านี้หลายคนได้เข้าร่วมในการประชุมฟื้นฟูพิเศษประจำปีสองสัปดาห์ในเดือนพฤษภาคม 2001 ซึ่งเขาได้รับการรักษาจากอาการดังกล่าวและถวายเกียรติยศแด่พระเจ้าอย่างยิ่งใหญ่

หนึ่งในคนเหล่านี้ได้แก่ผู้หญิงวัย 33 ปีที่หูหนวกและเป็นใบ้หลังจากเธอได้รับอุบัติเหตุเมื่ออายุ 8 ปี หลังจากเธอเข้าร่วมในคริสตจักรของเราได้ไม่นานก่อนการประชุมฟื้นฟูในปี 2001 เธอก็เตรียมตนเองให้พร้อมสำหรับการรักษา ผู้หญิงคนนี้เข้าร่วมใน "การประชุมอธิษฐานของกลุ่มดาเนียล" เป็นประจำทุกวัน เมื่อเธอคิดถึงความบาปของตนในอดีตเธอก็ฉีกหัวใจของเธอออกให้กับพระเจ้า หลังจากที่เธอเตรียมตัวสำหรับการประชุมฟื้นฟูด้วยความปรารถนาอย่างแรงกล้าเธอก็เข้าร่วมในการประชุมดังกล่าว ในช่วงสุดท้ายของการประชุมเมื่อข้าพเจ้าอธิษฐานวางมือเผื่อคนหูหนวกและเป็นใบ้เธอไม่รู้สึกถึงการเปลี่ยนแปลงใด ๆ ในทันที แต่เธอก็ไม่ท้อใจ ตรงกันข้ามเธอกลับชื่นชมยินดีและขอบพระคุณที่เธอเห็นคำพยานของผู้คนที่ได้รับการรักษาและเชื่ออย่างร้อนรนยิ่งขึ้นว่าเธอก็สามารถรับการรักษาได้ด้วยเช่นกัน

พระเจ้าทรงเห็นความเชื่อของเธอและทรงรักษาผู้หญิงคนนี้ไม่น

านหลังจากการประชุมสิ้นสุดลง ข้าพเจ้าเห็นถึงการทำงานแห่งฤทธิ์อำนาจของพระเจ้าเกิดขึ้นแม้หลังจากการประชุมฟื้นฟูสิ้นสุดลง ยิ่งกว่านั้น การที่ผู้หญิงคนนี้เข้ารับการทดสอบความสามารถในการได้ยินยืนยันให้เห็นอย่างชัดเจนมากขึ้นว่าหูทั้งสองข้างของเธอได้รับการรักษาให้หายอย่างสมบูรณ์ ฮาเลลูยา

คนหูหนวกแต่กำเนิดได้รับการรักษา

การสำแดงถึงฤทธิ์อำนาจของพระเจ้ามีความยิ่งใหญ่เพิ่มมากขึ้นทุกปี ในการประชุมเพื่อการประกาศที่ประเทศฮอนดูรัสในปี 2002 คนหูหนวกและคนเป็นใบ้จำนวนมากสามารถได้ยินและพูดได้ เมื่อลูกสาวของหัวหน้าเจ้าหน้าที่รักษาความปลอดภัยในช่วงการจัดประกาศได้รับการรักษาจากอาการหูหนวกที่เธอเป็นมาตลอดชีวิต เด็กผู้หญิงคนนั้นตื่นเต้นและพรั่งพรูไปด้วยคำขอบพระคุณ

ใบหูข้างหนึ่งของมาเดลีน ไยมิน บาร์เตรสโตผิดปกติและต่อมาไม่นานเธอก็สูญเสียการได้ยินไป เมื่อเธอทราบเกี่ยวกับการประชุมเพื่อการประกาศ มาเดลีนขอร้องให้คุณพ่อของเธอพาเธอไปร่วมการประชุม เธอได้รับพระคุณอย่างบริบูรณ์ในช่วงการร้องเพลงนมัสการและหลังจากเธอรับเอาคำอธิษฐานเผื่อผู้ป่วยจากข้าพเจ้า เธอเริ่มได้ยินชัดเจนยิ่งขึ้น เมื่อพ่อของเธอทำหน้าที่อย่างสัตย์ซื่อในการประชุมเพื่อการประกาศ พระเจ้าทรงอวยพระพรลูกสาวของเขา

ด้วยวิธีการนี้

เจนนิเฟอร์ถอดเครื่องช่วยฟังของเธอออกในงาน

“เทศกาลอัศจรรย์แห่งการรักษาโรคด้วยคำอธิษฐาน” ทีประเทศอินเดียในปี 2002

แม้เราจะไม่สามารถบันทึกคำพยานเกียวกับการรักษาโรคทีเกิดขึ้นทั้งหมดในช่วงระหว่างการประชุมเพือการประกาศในอินเดียและหลังจากการประชุมครั้งนั้นก็ตาม แต่การกล่าวถึงเพียงสองสามตัวอย่างก็มากพอทีจะทำให้เรารู้สึกขอบพระคุณและถวายเกียรติยศกับพระเจ้า หนึงในตัวอย่างเหล่านั้นได้แก่เรืองราวของเด็กผู้หญิงคนหนึงชือเจนนิเฟอร์ทีหูหนวกและเป็นใบ้มาตั้งแต่กำเนิด แพทย์แนะนำให้เธอใช้เครืองช่วยฟังซึงจะทำให้การได้ยินของเธอดีขึ้นเล็กน้อย แต่ก็เตือนเธอว่าการได้ยินของเธอจะไม่สมบูรณ์แบบ

ในช่วงเวลาทีคุณแม่ของเจนนิเฟอร์อธิษฐานเผือการรักษาของลูกสาวเธอเป็นประจำทุกวันทั้งสองคนได้เข้าร่วมในการประชุมเพือการประกาศ คุณแม่และลูกสาวคู่นีนังอยู่ใกล้กับลำโพงขนาดใหญ่ตัวหนึงเพราะการอยู่ใกล้ลำโพงทีมีเสียงดังไม่เป็นปัญหาสำหรับเจนนิเฟอร์อยู่แล้ว แต่ในวันสุดท้ายของการประชุมเนืองจากมีผู้คนจำนวนมากชุมนุมอยู่ทีนันทั้งสองคนจึงไม่สามารถหาทีนังใกล้กับลำโพงได้อีก สิงทีเกิดขึนตามมาเป็นเรืองทีเหลืออย่างแท้จริง ทันทีทีข้าพเจ้าสี

CHURCH OF SOUTH INDIA
MADRAS DIOCESE
C. S. I. KALYANI MULTI SPECIALITY HOSPITAL
15, Dr. Radhakrishnan Salai, Chennai-600 004. (South India)

Phone: 857 11 01
859 23 06

Ref. No.   Date: 15/10/02

To whom it may concern,

Miss Jennifer aged 5 yrs has been examined by me at CSI Kalyani hospital for her hearing.

After interacting with the child and observing her and after examining the child, I have come to the conclusion that Jennifer has definitely good hearing improvement now than before she was prayed for. Her mother's observation of her child is far more important and the mother has definitely noticed marked improvement in her child's hearing ability. Jennifer hears much better without the hearing aid, responding to her name being called when as previously she was not, without the aid

Medical Officer,
C. S. I. KALYANI GENERAL HOSPITAL

Audiogram Results: Moderate to Severe Sensori-neural hearing loss in both 50% – 70% hearing loss. Chennai

นสุดการอธิษฐานเผื่อผู้ป่วยจากบนธรรมาสน์ เจนนิเฟอร์บอกแม่ของเธอว่าเสียงในบริเวณนั้นดังเกินไปพร้อมกับขอให้คุณแม่ถอดเครื่องช่วยฟังของเธอออก ฮาเลลูยา

จากบันทึกทางการแพทย์ก่อนการรักษาระบุว่าถ้าไม่มีเครื่องช่วยฟัง ความสามารถในการได้ยินของเจนนิเฟอร์จะไม่ตอบสนองต่อเสียงที่มีความถี่สูงสุด กล่าวคือ เจนนิเฟอร์สูญเสียความสามารถในการได้ยินทั้งหมดของเธอไป แต่หลังจากการอธิษฐาน บันทึกดังกล่าวระบุว่าความสามารถในการได้ยินของเธอได้รับการรื้อฟื้นกลับมาถึง 30-50 เปอร์เซ็นต์ ต่อไปนี้เป็นการประเมินผลของคุณคริสติน่าซึ่งเป็นผู้เชี่ยวชาญทางด้านโสตวิทยาในกรณีของเจนนิเฟอร์

เพื่อประเมินความสามารถในการได้ยินของเจนนิเฟอร์ที่มีอายุ 5 ขวบ ดิฉันจึงนำเธอไปตรวจที่ศูนย์ ซี.เอส.ไอ. แห่งโรงพยาบาลกัลยาณี (ซึ่งเป็นศูนย์รวมผู้เชี่ยวชาญทางการแพทย์หลายด้าน) หลังจากพูดคุยกับเจนนิเฟอร์และตรวจวินิจฉัยอาการของเธอ ดิฉันมาถึงข้อสรุปที่ว่าการได้ยินของเธอพัฒนาขึ้นอย่างเห็นได้ชัดหลังจากการอธิษฐาน ความเห็นของคุณแม่ของเจนนิเฟอร์ก็สอดคล้องกัน คุณแม่ของเธอตั้งข้อสังเกตแบบเดียวกันกับดิฉัน นั่นคือ การได้ยินของเจนนิเฟอร์พัฒนาขึ้นอย่างชัดเจน ในเวลานี้เจนนิเฟอร์สามารถได้ยินเสียงโดยไม่ต้องใช้เครื่องช่วยฟังและเธอสามารถตอบสนองได้ดีเมื่อมีคนเรียกชื่อเธอ ก่อนการอธิษฐาน กรณีเ

ช่นนี้ไม่อาจเกิดขึ้นได้ถ้าไม่มีเครื่องช่วยฟัง

พระเจ้าจะทรงสำแดงฤทธิ์อำนาจของพระองค์ให้ปรากฏกับผู้คนที่เตรียมจิตใจของตนด้วยความเชื่อโดยไม่มีความสงสัย ยังมีตัวอย่างของผู้ป่วยอีกหลายคนที่มีอาการดีขึ้นในแต่ละวันตราบใดที่คนเหล่านั้นดำเนินชีวิตในพระคริสต์อย่างสัตย์ซื่อ

บ่อยครั้งพระเจ้าไม่ทรงรักษาผู้คนที่หูหนวกมาตั้งแต่เด็กให้หายเป็นปกติในทันทีเพราะถ้าคนเหล่านี้หายเป็นปกติในช่วงเวลาที่เขาได้รับการรักษา คงเป็นการยากที่เขาจะทนต่อเสียงต่าง ๆ ได้ ถ้าผู้คนสูญเสียความสามารถในการได้ยินในช่วงที่เขาเป็นผู้ใหญ่พระเจ้าอาจรักษาเขาให้หายในทันทีเพราะคนเหล่านี้ไม่ต้องใช้เวลามากในการปรับตัวกับเสียง ในกรณีเช่นนี้ คนเหล่านี้อาจรู้สึกสับสนใจช่วงแรก แต่หลังจากสองสามวันผ่านไปเขาจะสงบลงและเริ่มคุ้นเคยกับความสามารถในการได้ยินของตน

ในเดือนเมษายน 2003 ในระหว่างการเดินทางไปยังเมืองดูไบ ประเทศสหรัฐอาหรับเอมิเรตส์ ข้าพเจ้าพบกับผู้หญิงวัย 32 ปีคนหนึ่งซึ่งสูญเสียความสามารถในการพูดไปหลังจากเธอป่วยเป็นโรคก้านสมองอักเสบเมื่อเธอมีอายุสองขวบ ทันทีที่เธอรับเอาคำอธิษฐานของข้าพเจ้า ผู้หญิงคนนั้นพูดกับข้าพเจ้าอย่างชัดถ้อยชัดคำว่า "ขอบคุณค่ะ" ข้าพเจ้าคิดว่าคำพูดของเธอคงเป็นการแสดงความขอบคุณธรรมดาทั่วไปเท่านั้น แต่พ่อแม่ของเธอบอกกับข้าพเจ้าว่าครั้ง

สุดท้ายที่ลูกสาวของเขาพูดคำว่า "ขอบคุณค่ะ" ก็คือเมื่อสามทศวรรษที่แล้ว

เพื่อมีประสบการณ์กับฤทธิ์อำนาจ
ที่ทำให้คนใบ้พูดได้และคนหูหนวกได้ยิน
มาระโก 7:33-35 กล่าวว่า
พระองค์จึงทรงนำคนนั้นออกจากประชาชนไปอยู่ต่างหาก ทรงเอานิ้วพระหัตถ์ยอนเข้าที่หูของชายผู้นั้นและทรงบ้วนน้ำลายเอานิ้วพระหัตถ์จิ้มแตะลิ้นคนนั้น แล้วพระองค์ทรงแหงนพระพักตร์ดูฟ้าสวรรค์ ทรงถอนพระทัยตรัสแก่คนนั้นว่า "เอฟฟาธา" แปลว่า "จงเปิดออก" แล้วหูคนนั้นก็ปกติ สิ่งที่ขัดลิ้นนั้นก็หลุดและเขาพูดได้ชัด

คำว่า "เอฟฟาธา" ในภาษาฮีบรูแปลว่า "จงเปิดออก" เมื่อพระเยซูตรัสสั่งด้วยพระสุรเสียงแห่งการทรงสร้าง หูของชายคนนั้นก็หายเป็นปกติและลิ้นของเขาก็พูดได้อย่างคล่องแคล่ว
ถ้าเช่นนั้น ทำไมพระเยซูจึงทรงเอานิ้วพระหัตถ์ยอนเข้าที่หูของชายคนนั้นก่อนที่จะตรัสสั่งเขาว่า "เอฟฟาธา" โรม 10:17 บอกเราว่า "ฉะนั้นความเชื่อเกิดขึ้นได้ก็เพราะการได้ยินและการได้ยินเกิดขึ้นได้ก็เพราะการประกาศพระคริสต์" เนื่องจากชายคนไม่สามารถได้ยินจึงไม่ใช่เรื่องง่ายที่เขาจะมีความเชื่อ นอกจากนี้ ชายคนนี้ไม่ได้มาหาพระเยซูเพื่อขอรับการรักษาด้วยตนเอง

แต่มีบางคนนำชายคนนี้มาหาพระเยซู พระเยซูทรงช่วยชายคนนี้ให้มีความเชื่อผ่านสัมผัสด้วยนิ้วพระหัตถ์ของพระองค์โดยใช้นิ้วพระหัตถ์ยอนเข้าที่หูของเขา

เราจะมีประสบการณ์กับฤทธิ์อำนาจของพระเจ้าได้ก็ต่อเมื่อเราเข้าใจความหมายฝ่ายวิญญาณที่แฝงอยู่ในเหตุการณ์ที่พระเยซูทรงสำแดงฤทธิ์อำนาจของพระเจ้าเท่านั้น เราต้องทำสิ่งใดเพื่อจะมีประสบการณ์กับฤทธิ์อำนาจของพระเจ้า

เราต้องมีความเชื่อเพื่อจะได้รับการรักษา

คนที่ต้องการได้รับการรักษาต้องมีความเชื่อแม้จะมีเพียงเล็กน้อยก็ตาม แต่เพราะความเจริญก้าวหน้าจึงทำให้เรามีสื่อหลายชนิดซึ่งรวมถึงภาษามือที่ช่วยให้เราสามารถสื่อพระกิตติคุณกับคนที่มีความบกพร่องในเรื่องการได้ยินซึ่งแตกต่างจากสมัยของพระเยซู เมื่อสองสามปีที่ผ่านมามีการแปลคำเทศนาทั้งหมดด้วยภาษามือที่คริสตจักรแมนมิน คำเทศนาในอดีตกำลังถูกนำมาแปลเป็นภาษามืออย่างต่อเนื่องในเว็บไซต์ของคริสตจักรเช่นกัน

นอกจากนี้ ท่านสามารถมีความเชื่อผ่านช่องทางอื่น ๆ เช่น หนังสือ หนังสือพิมพ์ วีดีโอ และเทปบันทึกเสียงตราบใดที่ท่านมีความตั้งใจ เมื่อท่านมีความเชื่อท่านก็สามารถมีประสบการณ์กับฤทธิ์อำนาจของพระเจ้า ข้าพเจ้าได้เอ่ยถึงคำพยานจำนวนมากเพื่อเป็นแน

วทางที่จะช่วยท่านให้มีความเชื่อ

เราต้องรับการยกโทษ

ทำไมพระเยซูจึงทรงบ้วนน้ำลายและทรงแตะลิ้นชายคนนั้นหลังจากพระองค์ทรงยอนนิ้วพระหัตถ์ที่หูของเขา ในฝ่ายวิญญาณการกระทำนี้เป็นสัญลักษณ์ของพิธีบัพติศมาด้วยน้ำและเป็นสิ่งจำเป็นสำหรับการยกโทษความผิดบาปของมนุษย์ พิธีบัพติศมาด้วยน้ำหมายความว่าพระคำของพระเจ้าเป็นเหมือนน้ำที่สะอาด เราต้องรับการชำระให้สะอาดจากความผิดบาปทั้งสิ้นของเรา เพื่อจะมีประสบการณ์กับฤทธิ์อำนาจของพระเจ้า เราต้องแก้ปัญหาเรื่องความบาปก่อนเป็นอันดับแรก แทนที่พระองค์จะชำระความสกปรกของชายคนนั้นด้วยน้ำพระเยซูทรงใช้น้ำลายของพระองค์แทนและเป็นสัญลักษณ์ของการชำระบาปของชายคนนั้น อิสยาห์ 59:1-2 บอกเราว่า "ดูเถิด พระหัตถ์ของพระเจ้ามิได้สั้นลงที่จะช่วยให้รอดไม่ได้ หรือพระกรรณตึงซึ่งจะไม่ทรงได้ยิน แต่ว่าความบาปชั่วของเจ้าทั้งหลายได้กระทำให้เกิดการแยกระหว่างเจ้ากับพระเจ้าของเจ้าและบาปของเจ้าทั้งหลายได้บังพระพักตร์ของพระองค์เสียจากเจ้าพระองค์จึงมิได้ยิน"

พระเจ้าทรงสัญญากับเราใน 2 พงศาวดาร 7:14 ว่า "ถ้าประชากรของเราผู้ซึ่งเขาเรียกกันโดยชื่อของเรานั้นจะถ่อมตัวลงและอธิษฐานและแสวงหาหน้าของเราและหันเสียจากทางชั่วของเขา เราก็จะ

ฟังจากสวรรค์และจะให้อภัยแก่บาปของเขาและจะรักษาแผ่นดินของเขาให้หาย” การทีเราจะได้รับคำตอบต่อพระพักตร์พระเจ้าเราต้องทบทวนตนเองตามความเป็นจริง ฉีกหัวใจของเราออกและกลับใจใหม่

เราต้องกลับใจในเรื่องอะไรบ้างต่อพระพักตร์พระเจ้า

ประการแรก ท่านต้องกลับใจจากการไม่เชือในพระเจ้าและการไม่ต้อนรับเอาพระเยซูคริสต์ พระเยซูตรัสกับเราในยอห์น 16:9 ว่าพระวิญญาณบริสุทธิ์จะทำให้โลกรู้แจ้งในเรืองความผิดบาปเพราะมนุษย์ไม่เชือในพระองค์ ท่านต้องรู้ว่าการไม่ต้อนรับเอาองค์พระผู้เป็นเจ้านั้นเป็นความบาป ดังนั้นท่านต้องเชือในองค์พระผู้เป็นเจ้าและเชือในพระเจ้า

ประการทีสอง ท่านต้องกลับใจ ถ้าท่านไม่ได้รักพีน้อง 1 ยอห์น 4:11 บอกเราว่า “ท่านทีรักทั้งหลาย ถ้าพระเจ้าทรงรักเราทั้งหลายเช่นนั้น เราก็ควรจะรักซึ่งกันและกันด้วย” ถ้าพีน้องของท่านเกลียดชังท่าน แทนทีท่านจะเกลียดชังเขากลับไป ท่านต้องอดกลั้นและยกโทษให้เขา ท่านต้องรักศัตรูของท่านด้วยเช่นกัน จงแสวงหาประโยชน์ของเขาก่อน และจงคิดและทำโดยการเอาใจเขามาใส่ใจเรา เมือท่านรักมนุษย์ทุกคนพระเจ้าจะทรงสำแดงความรัก พระเมตตา และรักษาโรคแก่ท่านด้วยเช่นกัน

ประการที่สาม ท่านต้องกลับใจ ถ้าท่านอธิษฐานเพื่อประโยชน์ส่วนตัว พระเจ้าไม่ทรงพอพระทัยกับคนที่อธิษฐานด้วยแรงจูงใจที่เห็นแก่ตัว พระองค์จะไม่ทรงตอบท่าน จากนี้เป็นต้นไปท่านต้องอธิษฐานตามน้ำพระทัยของพระเจ้า

ประการที่สี่ ท่านต้องกลับใจ ถ้าท่านอธิษฐานด้วยความสงสัย ยากอบ 1:6-7 กล่าวว่า "แต่จงให้ผู้นั้นทูลขอด้วยความเชื่ออย่าสงสัยเลย เพราะว่าผู้ที่สงสัยเป็นเหมือนคลื่นในทะเลซึ่งถูกลมพัดซัดไปมา ผู้นั้นจงอย่าคิดว่าจะได้รับสิ่งใดจากพระเจ้าเลย" เพราะฉะนั้น เมื่อเราอธิษฐานเราต้องอธิษฐานด้วยความเชื่อและทำให้พระองค์พอพระทัย ยิ่งกว่านั้น เราต้องละทิ้งความสงสัยและทูลขอด้วยความเชื่อเท่านั้นเหมือนที่ฮีบรู 11:6 เตือนเราว่า "แต่ถ้าไม่มีความเชื่อแล้วจะเป็นที่พอพระทัยของพระเจ้าก็ไม่ได้เลย"

ประการที่ห้า ท่านต้องกลับใจ ถ้าท่านไม่ได้เชื่อฟังพระบัญญัติของพระเจ้า พระเยซูตรัสกับเราในยอห์น 14:21 ว่า "ผู้ใดที่มีบัญญัติของเราและประพฤติตามบัญญัตินั้น ผู้นั้นแหละเป็นผู้ที่รักเราและผู้ที่รักเรานั้นพระบิดาของเราจะทรงรักเขาและเราจะรักเขาและจะสำแดงตัวให้ปรากฏแก่เขา" เมื่อท่านแสดงถึงหลักฐานแห่งความรักของท่านที่มีต่อพระเจ้าด้วยการเชื่อฟังพระบัญญัติของพระองค์ท่านจะได้รับคำตอบจากพระองค์ หลายครั้งผู้เชื่อได้รับอุบัติเหตุบนท้องถนน ที่เป็นเช่นนี้ก็เพราะคนเหล่านี้ไม่ได้รักษาวันขององค์พระผู้เป็น

เจ้าให้บริสุทธิ์หรือไม่ได้ถวายสิบลดของตนอย่างครบถ้วน เนื่องจากผู้เชื่อเหล่านี้ไม่ได้ประพฤติตามกฎเกณฑ์ขั้นพื้นฐานสำหรับชีวิตคริสเตียน (ซึ่งได้แก่พระบัญญัติสิบประการ) เขาจึงไม่ได้อยู่ภายใต้การปกป้องคุ้มครองของพระเจ้า ในบรรดาคนที่เชื่อฟังพระบัญญัติของพระเจ้าอย่างสัตย์ซื่อ มีบางคนได้รับอุบัติเหตุซึ่งเกิดจากความผิดพลาดของตนเอง แต่คนเหล่านี้จะได้รับการคุ้มครองจากพระเจ้า ในกรณีเช่นนี้ เมื่อเขาได้รับอุบัติเหตุผู้คนที่อยู่ภายในรถจะไม่ได้รับบาดเจ็บแม้รถจะได้รับความเสียหายเพราะว่าพระเจ้าทรงรักเราคนเหล่านี้และทรงสำแดงหลักฐานแห่งความรักของพระองค์แก่เขา

ยิ่งกว่านั้น คนที่ไม่รู้จักพระเจ้ามักได้รับการรักษาให้หายอย่างรวดเร็วหลังจากรับเอาคำอธิษฐาน ที่เป็นเช่นนี้ก็เพราะว่าการที่คนไม่เชื่อเดินทางมาคริสตจักรถือเป็นการแสดงออกถึงความเชื่อของเขาและพระเจ้าทรงกระทำการในคนเหล่านี้ อย่างไรก็ตาม เมื่อคนที่มีความเชื่อและรู้จักความจริงแต่ไม่ได้เชื่อฟังพระบัญญัติของพระเจ้าอย่างต่อเนื่องและไม่ได้ดำเนินชีวิตด้วยพระคำของพระองค์ สิ่งนี้กลายเป็นกำแพงบาประหว่างเขากับพระเจ้า ดังนั้นคนเหล่านี้จึงไม่ได้รับการรักษา เหตุผลที่พระเจ้าทรงกระทำการของพระองค์อย่างยิ่งใหญ่ในท่ามกลางผู้คนในช่วงการประชุมเพื่อการประกาศในต่างประเทศก็เพราะว่าการที่คนซึ่งกราบไหว้รูปเคารพได้ยินข่าวและเข้าร่วมในการประชุมดังกล่าวถือเป็นความเชื่อในสายพระเนตรของพระเจ้า

ประการที่หก ท่านต้องกลับใจ ถ้าท่านยังไม่หว่าน กาลาเทีย 6:7 บอกเราว่า “เพราะว่าผู้ใดหว่านอะไรลงก็จะเกียวเก็บสิ่งนั้น” เพื่อให้มีประสบการณ์กับฤทธิ์อำนาจของพระเจ้า อันดับแรกท่านต้องเข้าร่วมในการประชุมนมัสการอย่างขยันหมั่นเพียร จงจำไว้ว่าเมื่อท่านหว่านด้วยร่างกายของท่าน ท่านก็จะได้รับพระพรของการมีสุขภาพดีและเมื่อท่านหว่านด้วยทรัพย์สินเงินทองของท่าน ท่านจะได้รับพระพรแห่งความมั่งคั่ง ดังนั้น ถ้าท่านอยากเก็บเกี่ยวโดยไม่ได้หว่านท่านต้องกลับใจ

1 ยอห์น 1:7 กล่าวว่า “แต่ถ้าเราดำเนินชีวิตอยู่ในความสว่างเหมือนอย่างพระองค์ทรงสถิตในความสว่าง เราก็ร่วมสามัคคีธรรมซึ่งกันและกันและพระโลหิตของพระเยซูคริสต์พระบุตรของพระองค์ก็ชำระเราทั้งหลายให้ปราศจากบาปทั้งสิ้น” ยิ่งกว่านั้น จงหันกลับไปทบทวนตัวท่าน กลับใจใหม่ และเดินอยู่ในความสว่างด้วยการยึดมั่นในพระสัญญาของพระเจ้าใน 1 ยอห์น 1:9 ที่ว่า “ถ้าเราสารภาพบาปของเรา พระองค์ทรงสัตย์ซื่อและเที่ยงธรรมก็จะทรงโปรดยกบาปของเราและจะทรงชำระเราให้พ้นจากการอธรรมทั้งสิ้น”

ขอให้ท่านได้รับพระเมตตาคุณของพระเจ้าและได้รับทุกสิ่งที่ท่านทูลขอจากพระองค์ ขอให้ท่านได้รับพระพรของการมีสุขภาพดีและได้รับพระพรในทุกสิ่งและในทุกเรื่องในชีวิตของท่านด้วยฤทธิ์อ

อำนาจของพระเจ้า ข้าพเจ้าอธิษฐานในพระนามของพระเยซูคริสต์องค์พระผู้เป็นเจ้าของเรา...อาเมน

คำเทศนาตอนที่ 9
การจัดเตรียมอย่างไม่สิ้นสุดของพระเจ้า

เฉลยธรรมบัญญัติ 26:16-19

วันนี้พระเยโฮวาห์พระเจ้าของท่านทรงบัญชาท่านให้กระทำตามกฎเกณฑ์และกฎหมาย
เหล่านี้ ฉะนั้นท่านจงระวังที่จะกระทำตามด้วยสุดจิตสุดใจของท่าน ในวันนี้ท่านได้ยอมรับ
แล้วว่าพระเยโฮวาห์เป็นพระเจ้าของท่านและท่านจะดำเนินตามพระมรรคาของพระองค์และรักษากฎเกณฑ์ พระบัญญัติ และกฎหมายของพระองค์และจะเชื่อฟังพระสุรเสียงของพระองค์และในวันนี้พระเจ้าทรงรับว่าท่านทั้งหลายเป็นชนชาติในกรรมสิทธิ์ของพระองค์ดังที่พระองค์ทรงสัญญาไว้กับท่านและว่าท่านจะรักษาพระบัญญัติทั้งสิ้นของพระองค์และว่าพระองค์จะ
ทรงตั้งท่านให้สูงเหนือบรรดาประชาชาติซึ่งพระองค์ได้ทรงสร้างในเรื่องสรรเสริญ ชื่อเสียง
และเกียรติยศ และว่าท่านจะเป็นชนชาติที่บริสุทธิ์แด่พระเยโฮวาห์พระเจ้าของท่านดังที่พระองค์ตรัสแล้ว

ถ้าให้ผู้คนเลือกว่าความรักรูปแบบใดเป็นความรักที่ยิ่งใหญ่ที่สุด หลายคนจะเลือกเอาความรักของพ่อแม่ โดยเฉพาะอย่างยิ่งความรักของแม่ที่มีต่อลูกเล็ก ๆ ของตน ถึงกระนั้นเราพบในอิสยาห์ 49:15 ว่า "ผู้หญิงจะลืมบุตรที่ยังกินนมของนางและจะไม่เมตตาบุตรจากครรภ์ของนางได้หรือ แม้ว่าคนเหล่านี้ยังลืมได้ กระนั้นเราก็จะไม่ลืมเจ้า" แม้แต่ความรักของแม่ที่มีต่อบุตรของตนก็เทียบไม่ได้กับความรักอันบริบูรณ์ของพระเจ้า

พระเจ้าแห่งความรักไม่เพียงแต่ทรงต้องการให้มนุษย์ทุกคนไปถึงความรอดเท่านั้นแต่พระองค์ทรงปรารถนาให้ทุกคนชื่นชมกับชีวิตนิรันดร์ พระพร และความสุขในสวรรค์อันรุ่งเรืองด้วยเช่นกัน นั่นคือสาเหตุที่พระองค์ทรงปลดปล่อยบุตรของพระองค์ให้พ้นจากการทดลองและความทุกข์ยากลำบากและทรงต้องการที่จะมอบทุกสิ่งที่เขาทูลขอ พระเจ้าทรงนำเราแต่ละคนให้ดำเนินชีวิตที่เป็นพระพรไม่เพียงแต่ในโลกนี้เท่านั้นแต่ในชีวิตนิรันดร์ที่จะมาถึงด้วยเช่นกัน

ตอนนี้เราจะสำรวจถึงการจัดเตรียมของพระเจ้าสำหรับคริสตจักรมันมินเซ็นทรัลเชิร์ชผ่านทางฤทธิ์อำนาจและการเผยพระวจนะที่พระเจ้าทรงเปิดเผยกับเราด้วยความรักของพระองค์

พระเจ้าแห่งความรักทรงปรารถนาให้วิญญาณทุกดวงรอด

2 เปโตร 3:3-4 กล่าวว่า

จงรู้ข้อนี้ก่อนคือในกาลสุดท้ายคนที่ชอบเยาะเย้ยจะเกิดขึ้นและป

ระพฤติตามใจปรารถนาของตนและจะถามว่า "คำที่ทรงสัญญาไว้ว่าพระองค์จะเสด็จมานั้นอยู่ที่ไหน เพราะว่าตั้งแต่บรรพบุรุษหลับล่วงไปแล้วสิ่งทั้งปวงก็เป็นอยู่เหมือนเป็นอยู่ตั้งแต่เดิมทรงสร้างโลก"

หลายคนไม่เชื่อเมื่อเราบอกเขาเกี่ยวกับการสิ้นยุค คนเหล่านี้สันนิษฐานว่าทุกสิ่งทุกอย่างจะดำเนินไปอย่างต่อเนื่องเหมือนที่ดวงอาทิตย์มีขึ้นและมีตกอยู่เสมอ เหมือนที่ผู้คนเกิดและตายอยู่ตลอดเวลา และเหมือนความเจริญของอารยธรรมที่รุดหน้าไปอย่างไม่หยุดยั้ง

ทุกสิ่งในชีวิตของมนุษย์มีจุดเริ่มต้นและจุดจบ ถ้าประวัติศาสตร์ของมนุษย์มีจุดเริ่มต้นประวัติศาสตร์นี้ก็จะมีจุดจบอย่างแน่นอนเช่นกัน เมื่อวันเวลาที่พระเจ้าทรงเลือกมาถึงสิ่งสารพัดในจักรวาลจะพบกับจุดจบของตน ผู้คนที่เคยมีชีวิตอยู่ตั้งแต่สมัยของอาดัมจะได้รับการพิพากษา แต่ละคนจะขึ้นสวรรค์หรือตกนรกขึ้นอยู่กับการดำเนินชีวิตของตนในโลกนี้

ผู้คนที่เชื่อในพระเยซูคริสต์และดำเนินชีวิตด้วยพระคำของพระองค์จะเข้าสู่สวรรค์ แต่ผู้คนที่ไม่เชื่อแม้หลังจากที่เขาได้ยินถึงข่าวประเสริฐและผู้คนที่ไม่ได้ดำเนินชีวิตด้วยพระคำของพระเจ้าแต่ดำเนินชีวิตในความบาปและความชั่ว (แม้คนเหล่านี้จะประกาศถึงความเชื่อของตนในองค์พระผู้เป็นเจ้า) จะลงไปสู่นรก เพราะเหตุนี้พระเจ้าจึงทรงกระตือรือร้นที่จะเผยแพร่พระกิตติคุณออกไปทั่วโลกให้เร็วที่สุดเท่าที่จะเร็วได้เพื่อวิญญาณอีกหนึ่งจะได้รับความรอด

ฤทธิ์อำนาจของพระเจ้าแพร่กระจายออกไปในยุคสุดท้าย

นี่คือเหตุผลสำคัญที่พระเจ้าทรงตั้งคริสตจักรมันมินเซ็นทรัลเชิร์ชและทรงสำแดงฤทธิ์อำนาจอันอัศจรรย์ผ่านคริสตจักรแห่งนี้ พระเจ้าทรงต้องการเตรียมหลักฐานเกี่ยวกับการดำรงอยู่ของพระเจ้าองค์เที่ยงแท้และแจ้งให้ผู้คนรู้ถึงความจริงเรื่องสวรรค์และนรกผ่านทางการสำแดงฤทธิ์อำนาจของพระองค์ พระเยซูตรัสกับเราในยอห์น 4:48 ว่า "ถ้าพวกท่านไม่เห็นหมายสำคัญและการอัศจรรย์ท่านก็จะไม่เชื่อ" ในยุคที่ความบาปและความชั่วเฟื่องฟูและความรู้เจริญรุดหน้าเช่นนี้การทำงานด้วยฤทธิ์อำนาจที่เกินความคิดของมนุษย์มีความจำเป็นมากยิ่งขึ้น เพราะเหตุนี้พระเจ้าจึงทรงสร้างวินัยให้กับคริสตจักรแมนมินและทรงอวยพระพรคริสตจักรแห่งนี้ด้วยฤทธิ์อำนาจที่เพิ่มมากขึ้นในยุคสุดท้าย

ยิ่งกว่านั้น การฝึดร่อนมนุษย์ซึ่งพระเจ้าทรงออกแบบไว้กำลังก้าวสู่จุดสิ้นสุดด้วยเช่นกัน ฤทธิ์อำนาจคือเครื่องมือที่จำเป็นที่สามารถช่วยมนุษย์ทุกคนให้มีโอกาสได้รับความรอดจนกว่าเวลาที่พระเจ้าทรงเลือกจะมาถึง ผู้คนจำนวนมากจะถูกนำมาถึงความรอดในอัตราที่รวดเร็วมากขึ้นด้วยฤทธิ์อำนาจของพระเจ้า

เนื่องจากการข่มเหงและความยากลำบากที่เพิ่มมากขึ้นในหลายประเทศทั่วโลกจึงทำให้การเผยแพร่พระกิตติคุณในประเทศเหล่านั้นยุ่งยากอย่างยิ่ง ยังมีผู้คนอีกจำนวนมากที่ยังไม่เคยได้ยินถึงพระกิ

ตติคุณ นอกจากนี้ ในหมู่คนที่ประกาศถึงความเชื่อของตนในองค์พระผู้เป็นเจ้ามีผู้คนที่มีความเชื่ออย่างแท้จริงอยู่ไม่มากนัก พระเยซูตรัสถามเราในลูกา 18:8 ว่า "แต่เมื่อบุตรมนุษย์มา ท่านจะพบความเชื่อในแผ่นดินโลกหรือ" หลายคนเข้าร่วมนมัสการกับคริสตจักรแต่คนเหล่านี้ไม่ได้แตกต่างจากผู้คนในโลกมากนักเพราะเขายังดำเนินชีวิตในความบาปอย่างต่อเนื่อง

ถึงกระนั้น เมื่อผู้คนที่อยู่ในประเทศและภาคพื้นต่าง ๆ ของโลก (ซึ่งยังมีการข่มเหงอย่างรุนแรง) มีประสบการณ์กับการทำงานแห่งฤทธิ์อำนาจของพระเจ้า ความเชื่อที่ไม่เกรงกลัวความตายก็เจริญเบ่งบานขึ้นและส่งผลให้เกิดการแพร่สะพัดออกไปอย่างรวดเร็วของพระกิตติคุณ บัดนี้ผู้คนที่เคยดำเนินชีวิตอยู่ในความบาปโดยปราศจากความเชื่ออย่างแท้จริงต่างก็ได้รับการเสริมพลังให้สามารถดำเนินชีวิตด้วยพระคำของพระเจ้าเมื่อเขามีประสบการณ์ส่วนตัวกับการทำงานด้วยฤทธิ์อำนาจของพระเจ้าผู้ทรงพระชนม์อยู่

ในการเดินทางทำพันธกิจในต่างประเทศหลายครั้ง ข้าพเจ้าเคยเข้าไปในประเทศที่มีกฎหมายสั่งห้ามการประกาศพระกิตติคุณและมีการข่มเหงคริสตจักร ข้าพเจ้าเห็นว่าเมื่อมีการเป็นพยานถึงพระเยซูคริสต์และการสำแดงหลักฐานที่ทำให้ผู้คนเชื่อในพระเจ้าองค์เที่ยงแท้ในหลายประเทศ (เช่น ปากีสถานและสหรัฐอาหรับเอมิเรตส์ซึ่งศาสนาอิสลามเฟื่องฟูอย่างมาก รวมทั้งอินเดียซึ่งประชากรส่วนใหญ่นับถือศาสนาฮินดู) ดวงวิญญาณจำนวนมากได้กลับใจเชื่อและมาถึง

งความรอด แม้คนเหล่านี้เคยกราบไหว้รูปเคารพแต่เมื่อเขามีประสบการณ์กับการทำงานด้วยฤทธิ์อำนาจของพระเจ้าคนเหล่านี้ก็เข้ามาต้อนรับเอาพระเยซูคริสต์โดยไม่เกรงกลัวต่อผลลัพธ์ทางกฎหมายที่จะเกิดขึ้นตามมา สิ่งนี้ยืนยันถึงความยิ่งใหญ่สูงสุดแห่งฤทธิ์อำนาจของพระเจ้า

ชาวนาเกี่ยวเก็บพืชผลของตนในฤดูเก็บเกี่ยวฉันใด พระเจ้าทรงสำแดงฤทธิ์อำนาจอันอัศจรรย์เพื่อจะทรงเก็บเกี่ยวดวงวิญญาณที่ได้รับความรอดในวาระสุดท้ายด้วยฉันนั้น

หมายสำคัญของยุคสุดท้ายที่บันทึกไว้ในพระคัมภีร์

จากพระคำของพระเจ้าที่บันทึกไว้ในพระคัมภีร์เราสามารถบอกได้ว่ายุคที่เราอาศัยอยู่ใกล้จะถึงวาระสิ้นสุดแล้ว แม้พระเจ้าไม่ได้บอกเราถึงวันเวลาของการสิ้นยุคอย่างเจาะจงแต่พระองค์ทรงให้เบาะแสที่ทำให้เราสามารถบอกถึงการสิ้นสุดของยุคได้ เราสามารถบอกได้ว่าฝนกำลังจะตกเมื่อมีกลุ่มเมฆเริ่มรวมตัวกัน ในทำนองเดียวกันหมายสำคัญในพระคัมภีร์ทำให้เราพยากรณ์ได้ว่าวาระสุดท้ายกำลังจะมาถึงโดยผ่านการเปิดเผยอย่างต่อเนื่องของประวัติศาสตร์

ยกตัวอย่าง ลูกาบทที่ 21 บอกเราว่า "เมื่อท่านทั้งหลายจะได้ยินถึงการสงครามและการจลาจล อย่าตกใจกลัวเพราะว่าสิ่งเหล่านั้นจำต้องเกิดขึ้นก่อนแต่ที่สุดปลายยังจะไม่มาทันที" (ข้อ 9) และ "ทั้งจะเกิดแผ่นดินไหวใหญ่และจะเกิดกันดารอาหารและโรคภัยในที่ต่าง ๆ และจะมีความวิบัติอันน่ากลัวและหมายสำคัญใหญ่ ๆ

จากฟ้าสวรรค์" (ข้อ 11)

2 ทิโมธี 3:1-5 บันทึกไว้ว่า

แต่จงเข้าใจข้อนี้ คือว่าในสมัยจะสิ้นยุคนั้นจะเกิดเหตุการณ์กลียุคเพราะมนุษย์จะเห็นแก่ตัว เห็นแก่เงิน เย่อหยิ่ง ยโส ชอบด่าว่า ไม่เชื่อฟังคำบิดามารดา อกตัญญู ไร้ศีลธรรม ไร้มนุษยธรรม ไม่ให้อภัยกัน ใส่ร้ายกัน ไม่ยับยั้งชั่งใจ ดุร้าย เกลียดชังความดี ทรยศ มุทะลุ หัวสูง รักความสนุกสนานยิ่งกว่ารักพระเจ้า ถือศาสนาแต่เปลือกนอกส่วนแก่นแท้ของศาสนาเขาไม่ยอมรับ คนเช่นนั้นท่านอย่าคบ

มีภัยพิบัติและหมายสำคัญมากมายเกิดขึ้นทั่วโลก ความคิดและจิตใจของผู้คนในปัจจุบันชั่วร้ายมากขึ้น ทุกสัปดาห์มีผู้คนตัดข่าวจากหนังสือพิมพ์เกี่ยวกับเหตุการณ์และอุบัติเหตุต่าง ๆ ที่เกิดขึ้นมามอบให้กับข้าพเจ้าและข่าวเหล่านั้นมีจำนวนเพิ่มขึ้นทุกวัน นั่นหมายความว่าโลกนี้กำลังมีภัยพิบัติ ความหายนะ และการทำความชั่วเกิดขึ้นอย่างมากมาย

แต่ผู้คนกลับไม่รู้สึกรู้สาต่อเหตุการณ์และอุบัติเหตุที่เกิดขึ้นเหมือนแต่ก่อน เนื่องจากคนส่วนใหญ่พบเจอเหตุการณ์และอุบัติเหตุเหล่านี้อยู่เป็นประจำ คนเหล่านี้จึงเกิดความรู้สึกชินชา หลายคนไม่ให้ความสำคัญกับการก่ออาชญากรรมที่โหดเหี้ยม การทำสงคราม ภัยพิบัติทางธรรมชาติ และผู้คนที่ได้รับบาดเจ็บหรือเสียชีวิตจากความโหดร้ายและความหายนะอื่น ๆ เหตุการณ์เหล่านี้เคยเป็นข่าวพา

ดหัวของสื่อสารมวลชนทุกแขนง แต่สำหรับคนส่วนใหญ่เหตุการณ์เหล่านี้ไม่มีความสำคัญและไม่นานก็ถูกลืม เว้นแต่เหตุการณ์เหล่านี้จะส่งผลกระทบต่อตัวเขาโดยหรือเกิดขึ้นกับคนที่เขารู้จัก

ผู้คนที่ตื่นตัวและสนทนากับพระเจ้าอย่างต่อเนื่องต่างก็ยืนยันเป็นเสียงเดียวกันจากสิ่งที่เกิดขึ้นในประวัติศาสตร์ว่าการเสด็จมาครั้งที่สองขององค์พระผู้เป็นเจ้ากำลังจะมาถึง

คำพยากรณ์เรื่องการสิ้นยุค
และการจัดเตรียมของพระเจ้าสำหรับคริสตจักรมันมินเซ็นทรัลเชิร์ช

จากคำพยากรณ์ของพระเจ้าที่ทรงเปิดเผยให้กับคริสตจักรแมนมินเราสามารถบอกได้ว่าเวลานี้เป็นช่วงของการสิ้นยุคอย่างแท้จริง นับตั้งแต่การก่อตั้งคริสตจักรแมนมินมาจนถึงปัจจุบันพระเจ้าได้ทรงทำนายถึงผลของการเลือกประธานาธิบดีและการเลือกสมาชิกสภาผู้แทนราษฎร การถึงแก่อสัญกรรมของบุคคลสำคัญทั้งในเกาหลีและต่างประเทศ ตลอดจนเหตุการณ์ต่าง ๆ ที่เติมแต่งประวัติศาสตร์ของโลก

ข้าพเจ้าเคยเปิดเผยถึงข้อมูลเหล่านี้โดยใช้อักษรย่อในข่าวสารรายสัปดาห์ของคริสตจักรในหลายโอกาส ถ้าเนื้อหาของข้อมูลเหล่านี้มีความหมิ่นเหม่สูงข้าพเจ้าจะเปิดเผยเนื้อหาเหล่านั้นกับคนเพียงไม่กี่คน ในช่วงไม่กี่ปีที่ผ่านมาข้าพเจ้าประกาศถึงการเปิดเผยของพระเจ้าเกี่ยวกับประเทศเกาหลีเหนือ สหรัฐอเมริกา และเหตุการณ์ต่าง

ๆ ที่เกิดขึ้นทั่วโลกอยู่บ่อยครั้งจากบนธรรมาสน์

คำพยากรณ์ส่วนใหญ่สำเร็จเป็นจริงตามที่ทำนายไว้และคำพยากรณ์ที่จะสำเร็จในภายหลังเกี่ยวข้องกับเหตุการณ์ที่กำลังเกิดขึ้นหรือเหตุการณ์ที่จะมาถึง สิ่งที่น่าสังเกตก็คือคำพยากรณ์ถึงเหตุการณ์ต่าง ๆ ที่กำลังจะเกิดขึ้นส่วนใหญ่เป็นคำพยากรณ์ที่เกี่ยวข้องกับวาระสุดท้ายทั้งสิ้น คำพยากรณ์เรื่องการจัดเตรียมของพระเจ้าสำหรับคริสตจักรมันมินเซ็นทรัลเชิร์ชเป็นหนึ่งในคำพยากรณ์เหล่านี้ เราจะสำรวจคำพยากรณ์เหล่านี้สักสองสามเรื่อง

คำพยากรณ์แรกเกี่ยวข้องกับความสัมพันธ์ของเกาหลีเหนือและเกาหลีใต้

นับตั้งแต่การก่อตั้งคริสตจักรแมนมินเป็นต้นมาพระเจ้าได้ทรงเปิดเผยเรื่องราวจำนวนมากเกี่ยวกับเกาหลีเหนือให้กับคริสตจักรแห่งนี้ ที่เป็นเช่นนี้ก็เพราะว่าคริสตจักรเราได้รับการทรงเรียกให้ประกาศพระกิตติคุณกับเกาหลีเหนือในยุคสุดท้าย ในปี 1983 พระเจ้าตรัสกับเราล่วงหน้าเกี่ยวกับการประชุมสุดยอดระหว่างผู้นำเกาหลีเหนือกับเกาหลีใต้และเหตุการณ์หลังจากนั้น ไม่นานหลังจากการประชุมสุดยอด เกาหลีเหนือก็เปิดประตูประเทศของตนชั่วคราวกับโลกภายแต่ประตูเหล่านั้นจะปิดลงอีกไม่นาน พระเจ้าตรัสกับเราว่าเมื่อเกาหลีเหนือเปิดประเทศของตน พระกิตติคุณแห่งความบริสุทธิ์และฤทธิ์อำนาจของพระเจ้าจะเข้าไปในประเทศนั้นและการประกาศข่าวประเสริฐจะเกิดขึ้นตามมา พระเจ้าทรงเตือนให้เราระลึกว่าการเสด็จกลับมาขององค์พระผู้เป็นเจ้ากำลังใกล้เ

ข้ามมาเมื่อเกาหลีเหนือและเกาหลีใต้แสดงจุดยืนบางอย่างของตน เพราะพระเจ้าทรงบอกให้ข้าพเจ้าเก็บวิธีการที่เกาหลีทั้งสองประเทศจะ "แสดงจุดยืนบางอย่าง" ไว้เป็นความลับ ข้าพเจ้าจึงไม่ยังสามารถเปิดเผยข้อมูลนี้

ตามที่เราส่วนใหญ่รู้แล้วว่าการประชุมสุดยอดของผู้นำเกาหลีทั้งสองประเทศมีขึ้นในปี 2000 ท่านอาจรู้ว่าอีกไม่นานเกาหลีเหนือจะยอมเปิดประเทศของตนเพราะทนต่อแรงกดดันของนานาชาติไม่ไหว

คำพยากรณ์ที่สองเกี่ยวข้องกับการทรงเรียกเพื่อทำพันธกิจโลก

พระเจ้าทรงเตรียมคริสตจักรแมนมินไว้สำหรับการประชุมเพื่อการประกาศในต่างประเทศซึ่งมีผู้คนนับหมื่น นับแสน และนับล้านคนเข้าร่วมพร้อมกับทรงอวยพรให้เราประกาศพระกิตติคุณออกไปทั่วโลกอย่างรวดเร็วด้วยฤทธิ์อำนาจอันอัศจรรย์ของพระองค์ การประชุมเพื่อการประกาศเหล่านี้รวมถึงการประกาศพระกิตติคุณแห่งความบริสุทธิ์ในอูกานดาซึ่งข่าวคราวเกี่ยวกับการประกาศครั้งนี้ถูกถ่ายทอดออกไปทั่วโลกผ่านทางสถานีโทรทัศน์ซี.เอ็น.เอ็น. การประกาศเพื่อการรักษาโรคในปากีสถานซึ่งเขย่าโลกอิสลามและเปิดประตูให้กับการทำพันธกิจมิชชันในตะวันออกกลาง การประกาศพระกิตติคุณแห่งความบริสุทธิ์ในเคนย่าซึ่งโรคภัยไข้เจ็บนานาชนิด (รวมทั้งโรคเอดส์) ได้รับการรักษาให้หาย การประชุมเพื่อการประ

กาศในฟิลิปปินส์ซึงมีการสำแดงถึงฤทธิ์อำนาจของพระเจ้าอย่างยิงใหญ่ เทศกาลอัศจรรย์แห่งการรักษาโรคด้วยคำอธิษฐานในฮอนดูรัสที่มีการสำแดงถึงฤทธิ์อำนาจอันยิ่งใหญ่และรวดเร็ว (ดังพายุเฮอริเคน) ของพระวิญญาณบริสุทธิ์ และเทศกาลอัศจรรย์แห่งการรักษาโรคด้วยคำอธิษฐานในอินเดีย (ประเทศฮินดูที่ใหญ่ทีสุดในโลก) ซึงมีผู้คนมากกว่าสามล้านคนเข้าร่วมในช่วงสีวันของการประชุม การประชุมเพือการประกาศเหล่านีกลายเป็นก้าวย่างสำคัญของคริสตจักรแมนมินในการเข้าไปในประเทศอิสราเอลซึงเป็นจุดหมายปลายสุดท้ายของคริสตจักร

พระเจ้าทรงสร้างอาดัมและเอวาภายใต้แผนการอันยิงใหญ่ของพระองค์เพือการฝัดร่อนมนุษย์ หลังจากมีชีวิตเริมต้นขึนบนโลกมนุษย์ก็เริมทวีพงศ์พันธุ์เพิมมากขึน ในบรรดาพงศ์พันธุ์เหล่านีพระเจ้าทรงเลือกประเทศอิสราเอลซึงเป็นพงศ์พันธุ์ของยาโคบ ตลอดประวัติศาสตร์ของชนชาติอิสราเอลพระเจ้าทรงปรารถนาทีจะเปิดเผยสง่าราศีและการจัดเตรียมของพระองค์เพือการฝัดร่อนมนุษย์ทังกับชนชาติอิสราเอลและกับทุกชนชาติทัวโลก ดังนันอิสราเอลจึงเป็นแบบอย่างสำหรับการฝัดร่อนมนุษย์และประวัติศาสตร์ของอิสราเอลซึงอยู่ภายใต้การปกครองของพระเจ้าจึงไม่ใช่ประวัติศาสตร์ของชนชาติเดียวแต่เป็นข่าวสารของพระเจ้าสำหรับชนทุกชาติ ยิงกว่านันก่อนทีการฝัดร่อนมนุษย์ (ซึงเริมต้นกับอาดัม) จะครบถ้วนสมบูรณ์พระเจ้าทรงตังพระทัยให้พระกิตติคุณหวนกลับไปยังอิสราเอลซึงเป็นจุดเริมต้นของพระกิตติคุณอีกครังหนึง แต่การจัดประชุมของคริส

เตียนและการเผยแพร่พระกิตติคุณในอิสราเอลเป็นสิ่งที่ทำได้ยากลำบาก การสำแดงฤทธิ์อำนาจของพระเจ้าที่สามารถเขย่าสวรรค์และแผ่นดินโลกจึงเป็นสิ่งจำเป็นอย่างยิ่งในการประกาศกับอิสราเอล การทำให้การจัดเตรียมของพระเจ้าส่วนนี้สำเร็จคือการทรงเรียกที่คริสตจักรแมนมินได้รับในยุคสุดท้าย

พระเจ้าทรงกระทำให้การจัดเตรียมเรื่องความรอดของมนุษย์สำเร็จทางพระเยซูคริสต์และทรงเปิดโอกาสให้ทุกคนที่ต้อนรับเอาพระเยซูเป็นพระผู้ช่วยให้รอดของตนได้รับชีวิตนิรันดร์ แต่อิสราเอลซึ่งเป็นชนชาติที่พระเจ้าทรงเลือกสรรไม่ยอมรับว่าพระเยซูคือพระเมสสิยาห์ นอกจากนี้ แม้กระทั่งในช่วงเวลาที่บรรดาบุตรของพระเจ้าถูกรับขึ้นไปยังฟ้าอากาศ คนอิสราเอลก็ยังคงไม่เข้าใจถึงการจัดเตรียมเรื่องความรอดผ่านทางพระเยซูคริสต์

ในวาระสุดท้าย พระเจ้าทรงปรารถนาให้คนอิสราเอลกลับใจและต้อนรับเอาพระเยซูเป็นพระผู้ช่วยให้รอดของตนเพื่อไปถึงความรอด เพราะเหตุนี้พระเจ้าจึงทรงอนุญาตให้นำพระกิตติคุณแห่งความบริสุทธิ์เข้าไปประกาศเผยแพร่ทั่วประเทศอิสราเอลผ่านการทรงเรียกอันสูงส่งที่พระองค์ทรงมอบให้กับคริสตจักรแมนมิน เวลานี้ย่างก้าวสำคัญสำหรับการทำพันธกิจของมิชชันนารีในตะวันออกกลางถูกก่อตั้งขึ้นในเดือนเมษายน 2003 ตามน้ำพระทัยของพระเจ้า คริสตจักรแมนมินกำลังเตรียมพร้อมเป็นพิเศษสำหรับอิสราเอลและการทำให้การจัดเตรียมของพระเจ้าสำเร็จที่นั่น

คำพยากรณ์ที่สามเกี่ยวข้องกับการก่อสร้างสถานนมัสการขนาดใหญ่

ไม่นานหลังจากการก่อตั้งคริสตจักรแมนมินพระเจ้าทรงเรียกเราให้สร้างสถานนมัสการขนาดใหญ่ที่จะสำแดงถึงสง่าราศีของพระเจ้ากับผู้คนทั่วโลกเมื่อพระองค์ทรงเปิดเผยถึงการจัดเตรียมของพระองค์ในยุคสุดท้าย

ในสมัยพระคัมภีร์เดิมผู้คนได้รับความรอดโดยการประพฤติแม้ความบาปภายในจิตใจยังไม่ถูกกำจัดทิ้งไปก็ตาม แต่ตราบใดที่ความบาปนั้นไม่มีปรากฏออกมาเป็นการกระทำภายนอกคนเหล่านั้นก็สามารถรอดได้ พระวิหารในสมัยพระคัมภีร์เดิมเป็นวิหารที่ผู้คนนมัสการพระเจ้าด้วยการกระทำเพียงอย่างเดียวตามที่ธรรมบัญญัติกำหนดไว้

แต่ในช่วงสมัยพระคัมภีร์ใหม่พระเยซูเสด็จมาเพื่อทำให้ธรรมบัญญัติสำเร็จด้วยความรักและเราได้รับความรอดด้วยความเชื่อของเราในพระเยซูคริสต์ วิหารที่พระเจ้าทรงปรารถนาในสมัยพระคัมภีร์ใหม่จะถูกก่อขึ้นไม่ใช่ด้วยการประพฤติเท่านั้นแต่ด้วยจิตใจ วิหารนี้จะถูกสร้างขึ้นโดยบุตรที่แท้จริงของพระเจ้าซึ่งละทิ้งความบาปของตนด้วยจิตใจที่ได้รับการชำระให้บริสุทธิ์และด้วยความรักที่มีต่อพระองค์ เพราะเหตุนี้พระเจ้าจึงทรงอนุญาตให้พระวิหารในสมัยพระคัมภีร์เดิมถูกทำลายและทรงตั้งพระทัยให้สร้างวิหารที่มีความสำคัญฝ่ายวิญญาณหลังใหม่ขึ้น

ด้วยเหตุนี้ ผู้คนที่จะก่อสร้างสถานนมัสการขนาดใหญ่ต้องเป็นคนที่พระเจ้าทรงเห็นว่าเหมาะสมในสายพระเนตรของพระองค์ คนเหล่านี้ต้องเป็นบุตรของพระเจ้าที่เข้าสุหนัตในจิตใจของตน มีจิตใจสะอาดบริสุทธิ์ และเปี่ยมล้นไปด้วยความเชื่อ ความหวัง และความรัก เมื่อพระเจ้าทรงทอดพระเนตรดูสถานนมัสการขนาดใหญ่ที่สร้างขึ้นโดยบุตรที่ได้รับการชำระให้บริสุทธิ์ของพระองค์พระเจ้าไม่เพียงแต่จะพอพระทัยกับลักษณะของสถานนมัสการเท่านั้น แต่พระองค์จะทรงจดจำขั้นตอนของการสร้างสถานนมัสการแห่งนั้นและจะทรงระลึกถึงบุตรที่แท้จริงของพระองค์แต่ละคนซึ่งคนเหล่านี้เป็นผลแห่งน้ำพระเนตร การทรงเสียสละ และความอดกลั้นของพระองค์ด้วยเช่นกัน

สถานนมัสการขนาดใหญ่แห่งนี้มีความหมายและความสำคัญอย่างมาก สถานนมัสการแห่งนี้จะเป็นอนุสาวรีย์ให้กับการฝึกฝนมนุษย์และเป็นสัญลักษณ์ของการทำให้พระเจ้าพอพระทัยหลังจากการเก็บเกี่ยวพืชผล (ฝ่ายวิญญาณ) ที่ดี สถานนมัสการแห่งนี้ถูกสร้างขึ้นในยุคสุดท้ายเพราะเป็นโครงการก่อสร้างแห่งประวัติศาสตร์ที่จะสำแดงถึงสง่าราศีของพระเจ้ากับมนุษย์ทุกคนทั่วโลก ด้วยเส้นผ่าศูนย์กลาง 600 เมตร (ประมาณ 1970 ฟุต) และความสูง 70 เมตร (ประมาณ 230 ฟุต) สถานนมัสการแห่งนี้เป็นอาคารที่กว้างใหญ่ไพศาลซึ่งสร้างด้วยวัสดุที่งดงาม หายาก และมีคุณค่าทุกชนิด ภายในโครงสร้างและเครื่องประดับแต่ละชิ้นจะแฝงเร้นไปด้วยสง่าราศีของนครเยรูซาเล็มใหม่

ภาพการทรงสร้างทั้งหกวัน และฤทธิ์อำนาจของพระเจ้า การชำเลื
องดูสถานนมัสการขนาดใหญ่แห่งนี้เพียงอย่างเดียวก็มากพอที่จะทำใ
ห้ผู้คนสัมผัสถึงพระบารมีและสง่าราศีของพระเจ้า แม้แต่คนที่ไม่เชื่
อก็จะอัศจรรย์ใจเมื่อมองดูสถานที่แห่งนี้และจะยอมรับถึงสง่าราศีข
องพระเจ้า

สุดท้าย การสร้างสถานนมัสการขนาดใหญ่แห่งนี้เป็นเหมือนกา
รเตรียมนาวาที่จะทำให้ดวงวิญญาณจำนวนมากได้รับความรอด
ในยุคสุดท้ายเมื่อความบาปและความชั่วทวีมากขึ้นเหมือนในสมัยข
องโนอาห์ ผู้คนจะได้รับความรอดเมื่อคนเหล่านั้นถูกนำเข้ามาสู่สถา
นนมัสการแห่งนี้โดยบุตรที่แท้จริงของพระเจ้าและเมื่อคนเหล่านั้นเ
ชื่อในพระองค์ ผู้คนจำนวนมากจะได้ยินข่าวเกี่ยวกับสง่าราศีและฤ
ทธิ์อำนาจของพระเจ้าและคนเหล่านั้นจะหลั่งไหลมาดูสง่าราศีและฤ
ทธิ์อำนาจดังกล่าวด้วยตนเอง เมื่อคนเหล่านั้นเข้ามาดูเขาจะพบกับ
หลักฐานจำนวนมากของการทรงพระชนม์อยู่ของพระเจ้า คนเหล่า
นั้นจะเรียนรู้เกี่ยวกับความลับของมิติฝ่ายวิญญาณและเข้าใจถึงน้ำพ
ระทัยของพระเจ้าผู้ทรงแสวงหาบุตรที่แท้จริงซึ่งมีลักษณะตามพระ
ฉายาของพระองค์

สถานนมัสการขนาดใหญ่จะทำหน้าที่เป็นศูนย์กลางแห่งการเจริ
ญเติบโตขั้นสุดท้ายของการเผยแพร่พระกิตติคุณทั่วโลกก่อนการเส
ด็จกลับมาขององค์พระผู้เป็นเจ้าของเรา ยิ่งกว่านั้น พระเจ้าตรัสกับ
คริสตจักรแมนมินว่าเมื่อเวลาของการก่อสร้างสถานนมัสการขนาด

ทำให้สถานนมัสการขนาดใหญ่สำเร็จ
ลุล่วง

ใหญ่แห่งนี้เริ่มต้นขึ้นพระองค์จะทรงนำบรรดากษัตริย์และบุคคลที่มีอำนาจและความมั่งคั่งเพื่อให้ความช่วยเหลือกับการก่อสร้าง

นับจากการก่อตั้งคริสตจักรแมนมินเป็นต้นมาพระเจ้าได้ทรงเปิดเผยคำพยากรณ์เกี่ยวกับวาระสุดท้ายและการจัดเตรียมของพระองค์สำหรับคริสตจักรแห่งนี้มาโดยตลอด แม้กระทั่งวันนี้พระเจ้ายังทรงสำแดงฤทธิ์อำนาจของพระองค์เพิ่มมากขึ้นและทรงทำให้พระคำของพระองค์สำเร็จเป็นจริงอย่างต่อเนื่อง ตลอดประวัติศาสตร์ของคริสตจักรแห่งนี้พระเจ้าทรงนำคริสตจักรแมนมินเพื่อทำให้การจัดเตรียมของพระองค์สำเร็จ ยิ่งกว่านั้น พระองค์จะทรงนำเราเพื่อให้ทำภารกิจทั้งสิ้นที่พระองค์ทรงมอบหมายแก่เราสำเร็จและให้เราสำแดงถึงสง่าราศีขององค์พระผู้เป็นเจ้าต่อผู้คนทั่วโลกจนกว่าจะถึงเวลาที่พระองค์เสด็จกลับมา

พระเยซูตรัสกับเราในยอห์น 14:11 ว่า "จงเชื่อเราเถิดว่าเราอยู่ในพระบิดาและพระบิดาทรงอยู่ในเราหรือมิฉะนั้นก็จงเชื่อเพราะกิจการเหล่านั้นเถิด" เฉลยธรรมบัญญัติ 18:22 กล่าวว่า "เมื่อผู้เผยพระวจนะกล่าวคำในพระนามของพระเจ้า ถ้ามิได้เป็นไปจริงตามถ้อยคำของผู้กล่าว ถ้อยคำนั้นมิได้เป็นพระวจนะที่พระเจ้าตรัส ผู้เผยพระวจนะนั้นบังอาจกล่าวเอง ท่านทั้งหลายอย่าเกรงกลัวเขาเลย" ข้าพเจ้าหวังว่าท่านจะเข้าใจถึงการจัดเตรียมของพระเจ้าผ่านฤทธิ์อำนาจและคำพยากรณ์ที่สำแดงและเปิดเผยผ่านทางคริสตจักรมันมินเซ็นทรัลเชิร์ช

เพื่อทำให้การจัดเตรียมของพระองค์สำเร็จผ่านทางคริสตจักรมั

นมินเซ็นทรัลเชิร์ชในยุคสุดท้ายพระเจ้าไม่ได้ทรงมอบการฟื้นฟูและฤทธิ์อำนาจให้กับคริสตจักรแห่งนี้แบบข้ามคืน พระองค์ได้ทรงฝึกฝนเราเป็นเวลามากกว่า 20 ปี พระองค์ทรงนำเราอย่างต่อเนื่องผ่านการทดลองมากมายเหมือนกับการปีนภูเขาที่สูงชันและการแล่นเรือฝ่าคลื่นลมขนาดใหญ่ในทะเล เมื่อเราผ่านการทดลองเหล่านั้นด้วยความเชื่อที่มั่นคง พระเจ้าทรงเตรียมเราให้เป็นภาชนะที่สามารถทำให้พันธกิจโลกสำเร็จลุล่วง

ความจริงข้อนี้ประยุกต์ใช้กับท่านแต่ละคนด้วยเช่นกัน ความเชื่อที่ทำให้บุคคลสามารถเข้าสู่นครเยรูซาเล็มใหม่ไม่ได้พัฒนาหรือเติบโตขึ้นแบบข้ามคืน แต่ท่านต้องตื่นตัวและเตรียมพร้อมสำหรับวันที่องค์พระผู้เป็นเจ้าของเราจะเสด็จกลับมา เหนือสิ่งอื่นใด จงทำลายกำแพงบาปทั้งสิ้นและจงมุ่งหน้าไปสู่สวรรค์ด้วยความเชื่อที่ร้อนรนและไม่แปรปรวน เมื่อท่านมุ่งไปข้างหน้าด้วยความตั้งใจที่แน่วแน่เช่นนี้พระเจ้าจะทรงอวยพรวิญญาณจิตของท่านให้เจริญรุ่งเรือง และจะทรงตอบคำสนองความปรารถนาแห่งจิตใจของท่านอย่างแน่นอน ยิ่งกว่านั้น พระเจ้าจะประทานความสามารถและสิทธิอำนาจฝ่ายวิญญาณให้แก่ท่านซึ่งจะทำให้ท่านกลายเป็นภาชนะที่มีคุณค่าซึ่งพระองค์จะทรงใช้สำหรับการจัดเตรียมของพระองค์ในยุคสุดท้าย

ขอให้ท่านยึดมั่นในความเชื่อที่ร้อนรนของท่านจนกว่าองค์พระ

ผู้เป็นเจ้าเสด็จกลับมาและพบกันอีกครั้งหนึ่งในสวรรค์นิรันดร์และในนครเยรูซาเล็มใหม่ ข้าพเจ้าอธิษฐานในพระนามของพระเยซูคริสต์องค์พระผู้เป็นเจ้าของเรา...อาเมน

ผู้เขียน
ศจ.ดร. แจร็อก ลี

ศจ.ดร. แจร็อก ลีเกิดที่เมืองมวน จังหวัดโจนนัม สาธารณะรัฐเกาหลี ในปี 1943 เมื่อท่านมีอายุ 20 ปี ดร. ลี ทนทุกข์ทรมานกับโรคภัยไข้เจ็บที่รักษาไม่ได้หลายชนิดเป็นเวลาถึงเจ็ดปีและนอนรอความตายโดยไม่มีความหวังของการหายโรค แต่อยู่มาวันหนึ่งในช่วงฤดูใบไม้ผลิของปี 1974 พี่สาวของท่านพาท่านมาที่คริสตจักรและเมื่อท่านคุกเข่าลงอธิษฐานพระเจ้าผู้ทรงพระชนม์อยู่ทรงรักษาท่านให้หายจากโรคภัยไข้เจ็บทั้งสิ้นของท่านในทันที

นับตั้งแต่ ศจ.ดร.ลีพบกับพระเจ้าผู้ทรงพระชนม์อยู่ผ่านทางประสบการณ์ที่อัศจรรย์นั้นเป็นต้นมาท่านรักพระเจ้าอย่างจริงใจและด้วยสุดหัวใจของท่าน ในปี 1978 ท่านได้รับการทรงเรียกให้เป็นผู้รับใช้พระเจ้า ท่านอธิษฐานอย่างร้อนรนเพื่อจะเข้าใจน้ำพระทัยของพระเจ้าอย่างชัดเจนและทำให้น้ำพระทัยนั้นสำเร็จอย่างสมบูรณ์พร้อมทั้งเชื่อฟังพระวจนะทั้งสิ้นของพระเจ้า ในปี 1982 ท่านได้ก่อตั้งคริสตจักรแมนมินขึ้นในกรุงโซล ประเทศเกาหลีใต้ พระราชกิจอันมากมายของพระเจ้าซึ่งรวมถึงการรักษาโรคอย่างอัศจรรย์และหมายสำคัญต่าง ๆ เกิดขึ้นในคริสตจักรของท่านอย่างต่อเนื่อง

ในปี 1986 ศจ.ดร.ลีได้รับสถาปนาเป็นศิษยาภิบาลในการประชุมสมัชชาประจำปีของคริสตจักรของพระเยซู "ซุงกุล" แห่งประเทศเกาหลีใต้ ในปี 1990 (4 ปีต่อมา) คำเทศนาของท่านถูกนำออกเผยแพร่ผ่านทางพันธกิจของผู้ประกาศข่าวประเสริฐ (เอฟ.อี.บี.ซี.) สถานีวิทยุกระจายเสียงแห่งเอเชีย (เอ.บี.เอส.) สถานีวิทยุคริสเตียนแห่งกรุงวอชิงตัน (ดับเบิ้ลยู.ซี.อาร์.เอส.) เพื่อกระจายเสียงไปยังประเทศต่าง ๆ เช่น ออสเตรเลีย สหรัฐอเมริกา รัสเซีย ฟิลิปปินส์ และอีกหลายประเทศ

สามปีต่อมา (ในปี 1993) คริสตจักรแมนมินเซ็นทรัลเชิร์ชได้รับเลือกให้เป็นหนึ่งใน "50 คริสตจักรชั้นนำระดับโลก" โดยนิตยสาร "โลกคริสตชน" ของสหรัฐอเมริกาและท่านได้รับมอบปริญญาดุษฎีบัณฑิตกิตติมศักดิ์สาขาพันธกิจศาสตร์จากสถาบันพระคริสตธรรมที่มีชื่อเสียงสองแห่งในสหรัฐอเมริกา นั่นคือ วิทยาลัยคริสเตียนเฟธแห่งรัฐฟลอริด้าและสถาบันพระคริสตธรรมคิงส์เวย์ แห่งรัฐไอโอวา

นับตั้งแต่ปี 1993 เป็นต้นมา ศจ.ดร.ลีเป็นผู้นำในการทำพันธกิจทั่วโลกโดยผ่านการรณรงค์เพื่อการประกาศที่จัดขึ้นในประเทศต่าง ๆ เช่น ประเทศแทนซาเนีย

อาร์เจนตินา อูกานดา ญี่ปุ่น ปากีสถาน เคนย่า ฟิลิปปินส์ ฮอนดูรัส อินเดีย รัสเซีย เยอรมันนี เปรู สาธารณะรัฐประชาธิปไตยคองโก และนครนิวยอร์ก สหรัฐอเมริกา ในปี 2002 หนังสือพิมพ์คริสเตียนฉบับหนึ่งในประเทศเกาหลีใต้ขนานนามท่านว่าเป็น "ศิษยาภิบาลของคนทั่วโลก" จากการทำพันธกิจด้านการประกาศพระกิตติคุณในต่างประเทศของท่าน

ในเดือนกุมภาพันธ์ 2007 คริสตจักรแมนมินจูน-อังมีสมาชิกมากกว่า 1 แสนคนและมีคริสตจักรสาขาทั้งในและต่างประเทศอีก 7,800 แห่งทั่วโลก ปัจจุบันคริสตจักรนี้ส่งมิชชันนารีมากกว่า 126 คนไปยัง 25 ประเทศทั่วโลกซึ่งรวมถึงสหรัฐอเมริกา รัสเซีย เยอรมันนี แคนนาดา ญี่ปุ่น จีน ฝรั่งเศส อินเดีย เคนย่า และอีกหลายประเทศ

ในปัจจุบัน ดร.ลีเขียนหนังสือ 39 เล่มซึ่งรวมถึงหนังสือที่มียอดขายสูงสุดเรื่อง "ลิ้มรสชีวิตนิรันดร์ก่อนความตาย" "ชีวิตและศรัทธาของข้าพเจ้า" "สาส์นจากกางเขน" "ขนาดแห่งความเชื่อ" "สวรรค์ภาค 1 และ 2" "นรก" และ "ฤทธิ์อำนาของพระเจ้า" งานเขียนของท่านถูกแปลเป็นภาษาต่าง ๆ มากกว่า 25 ภาษา

ปัจจุบัน ศจ.ดร.ลีเป็นผู้ก่อตั้ง ผู้อำนวยการและประธานของสมาคมและองค์กรมิชชันนารีจำนวนมากซึ่งรวมถึงการดำรงตำแหน่งประธานของสหคริสตจักรแห่งความบริสุทธิ์เกาหลี ผู้อำนวยการ The Nation Evangelization Paper; ผู้อำนวยการองค์การพันธกิจมิชชันแมนมิน (MWM); ผู้ก่อตั้งสถานีโทรทัศน์แมนมิน (Manmin TV); ผู้ก่อตั้งและประธานเครือข่ายสื่อมวลชนคริสเตียนทั่วโลก (GCN); ผู้ก่อตั้งและประธานเครือข่ายหมอคริสเตียนทั่วโลก (WCDN); และผู้ก่อตั้งและประธานสถาบันศาสนศาสตร์นานาชาติแมนมิน (MIS)

www.ingramcontent.com/pod-product-compliance
Lightning Source LLC
LaVergne TN
LVHW010204070526
838199LV00062B/4496
* 9 7 9 1 1 2 6 3 1 3 4 9 5 *